குழந்தைகள் சைக்காலஜி

குழந்தைகள் சைக்காலஜி

ஜி.எஸ்.எஸ்.

நலம்

குழந்தைகள் சைக்காலஜி
Kuzhandhaigal Psychology
G.S.S. ©

First Edition: June 2008
144 Pages
Printed in India.

ISBN: 978-81-8368-709-6
Title No: Nalam 050

Nalam Veliyeedu
177/103, First Floor,
Ambal's Building, Lloyds Road
Royapettah, Chennai 600 014.
Ph: +91-44-4200-9603
Email : support@nhm.in
Website : www.nhm.in

Author's Email : aruncharanya@gmail.com
Cover Photograph: © Glenda M. Powers / Shutterstock

Nalam Veliyeedu is an imprint of New Horizon Media Private Limited

This book is sold subject to the condition that it shall not, by way of trade or otherwise, be lent, resold, hired out, or otherwise circulated without the publisher's prior written consent in any form of binding or cover other than that in which it is published and without a similar condition including this the rights under copyright reserved above, no part of this publication may be reproduced, stored in or introduced into a retrieval system, or transmitted in any form or by any means (electronic, mechanical, photocopying, recording or otherwise), without the prior written permission of both the copyright owner and the above-mentioned publisher of this book.

■ ■ ■ ■ ■

அதிக நேரம் தொலைக்காட்சியைப் பார்ப்பது குழந்தைகளின் கல்வித் திறனைக் குறைத்து விடும். எனவே, தொடர்ச்சியாக தினமும் எல்லாத் தொலைக்காட்சி நிகழ்ச்சிகளையும் பார்க்கக் குழந்தைகளை அனுமதிக்க வேண்டாம்.

■ ■ ■ ■ ■

உள்ளே

1.	போதும் இந்த முதல் ராங்க் மோகம்	... 9
2.	இரண்டாவது குழந்தையால் இத்தனை சிக்கல்களா?	... 12
3.	ஒன்... டூ... த்ரீ	... 16
4.	நாலு பேருக்கு நடுவில்	... 19
5.	ஐந்து விரல்களும் இணைந்து இயங்கட்டும்	... 22
6.	ஆறு பெருகினால் அணை	... 26
7.	ஏழு நாள்களும் இதே தொல்லையா?	... 30
8.	'எட்டுக்கால் பூச்சிக்கு எத்தனை கால்?'	... 33
9.	ஒன்பது பேரில் நடுநாயகமாக...	... 35
10.	பத்து என்பதற்குள்...	... 39
11.	பதினோரு பேரும் ஒரு முனைப்பாக...	... 43
12.	வாய்ப்புகளை விடாதீர்கள்	... 46
13.	அழுதால் அம்மாவிடம்தான்	... 49
14.	குழந்தையின் பார்வையில்...	... 60
15.	அள்ளித்தரும் ஆலோசனைகள்	... 63
16.	எப்போதும் எப்படி தூக்கி வைத்துக்கொள்ள?	... 68
17.	உடல்நலக்குறைவா? அதனாலென்ன?	... 70

18.	அச்சத்தை அகற்றுவதெப்படி?	... 74
19.	குழந்தை பீதிவசப்படும்போது...	... 77
20.	குழந்தைகள் ஏன் பொய் சொல்கிறார்கள்?	... 84
21.	பள்ளிக்குச் செல்லும்முன் பக்குவப்படுத்துங்கள்	... 88
22.	மீசையும் லுங்கியும்தானா?	... 91
23.	தடுமாறாமல் நடப்பது - குழந்தைகளும் பெரியவர்களும்	... 95
24.	அமிதாப்பா? அப்புவா?	... 97
25.	'ஆயா'சமான பணிதான்	... 102
26.	குழந்தைகளிடம் தெய்வ நம்பிக்கை	... 109
27.	குண்டுக் குழந்தைகள்	... 113
28.	படிக்க வையுங்கள்	... 117
29.	நச்சுவிதை வளர நாமே காரணமாவதா?	... 119
30.	கனவுகள்... கற்பனைகள்	... 122
31.	அத்தனையும் இருந்தும் அமைதி இன்றி...	... 126
32.	திக்கும் வாய், திணறும் மனம்	... 130
33.	குழந்தைகள் தனியே விடப்படும்போது...	... 133
34.	அப்பாவை அனுமதியுங்கள்	... 135
35.	பெற்றோர் விவாகரத்து	... 140

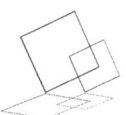

1. போதும் இந்த முதல் ராங்க் மோகம்

தேர்வுக்கு முன்பு -

'என்ன விளையாட்டு வேண்டியிருக்கு? போய்ப் படிச்சு நல்லா பரீட்சை எழுதி முதல் ராங்க் வாங்கற வழியைப் பாரு'.

தேர்வு சமயத்தில் -

'வீட்டுக்கு வந்த உடனே அடுத்த எக்ஸா முக்குப் படிப்போம்கிற அறிவு வேண்டாம்? பத்துநிமிஷம் தூங்கினியாமே? இப்படி இருந்தா முதல் ராங்க் என்ன, நீ இருபதாவது ராங்க்கூட வாங்கமாட்டே.'

தேர்வு முடிந்து விடுமுறையின் போது-

'லீவுன்னா வெளியே திரிஞ்சுக்கிட்டே இருக்கணுமா என்ன? இப்பவே புதுப் பாடங்களையெல்லாம் படிச்சு வச்சுக்கிட்டா தான் அடுத்த தடவையாவது முதல் ராங்க் வாங்க முடியும்.'

ஆக, எந்தச் சமயத்திலும் குழந்தைகளைப் பார்த்தவுடனேயே பல பெற்றோர்களுக்குத் தோன்றுவது பரீட்சை மற்றும் முதல் ராங்க்

பற்றித்தான். கொஞ்சம் 'தாராள மனமுடைய' பெற்றோர் முதல் ராங்க் என்பதை 'முதல் ஐந்து ராங்க்குக்குள்' என்று மாற்றிச் சொல்கிறார்கள்.

சுமார் இருபது வருடங்கள் கழித்து இந்தக் குழந்தைகளின் சிந்தனை எப்படி இருக்கும் என்று கற்பனை செய்து பார்க்கலாம். வளர்ந்து ஒரு வேலையிலும் சேர்ந்திருக்கக் கூடிய அந்தப் பெண்ணுக்கு, நான்கு வயது வரை தன்னை மேலே படுக்கவிட்டுக்கொண்டு கதை கூறித் தூங்கச் செய்த அன்பு அப்பா நினைவுக்கு வரமாட்டார். 'ஆமா, இவ வாங்குற ராங்க்குக்கு கம்ப்யூட்டர் ஒன்றுதான் கேடு' என்று தன்னைப் புண்படுத்திய அப்பாதான் நினைவுக்கு வருவார்.

அதேபோல், புதுப் புடைவையில் சளியைத் துடைத்தபோது கூட அதைப் புன்னகையோடு ஏற்றுக்கொண்ட அம்மாவோ, ஜுரத்தில் நான்கு நாள்கள் கிடந்தபோது, தனக்காகக் கோயிலுக்கும் டாக்டருக்குமாக அலைந்த அம்மாவோ நினைவுக்கு வராது. மாறாக, 'புது டிசைன் ஜிமிக்கி வேணும்னு மட்டும் பிடிவாதம் பிடிச்சு வாங்கிக்கத் தெரியுது. அந்த ஆசை முதல் ராங்க் வாங்கறதில இருக்க வேணாமா?' என்று கூறின அம்மாதான் நினைவில் இருப்பாள். காரணம், 'அல்லும் பகலும் அனவரதமும்' படிப்பு, ராங்க் பற்றிய உபதேசமும், கண்டிப்பும்தானே குழந்தைகள் கண்டது?

இது அவசர யுகம்தான். நன்றாகப் படித்தால்தான் மேற்படிப்போ நல்ல வேலையோ சாத்தியம் என்னுமளவுக்கு நாடு இருப்பது உண்மைதான். அதற்காக அந்தக் கசப்பான நிதர்சனங்களை குழந்தைகள் மீது அப்படியே ஏற்றிவிட வேண்டுமா என்ன?

மேற்படிப்புக்கு அல்லது நல்ல வேலைக்குப் போட்டி அதிகம். உண்மை. ஆனால் வாழ்க்கை என்பது போட்டியும் போராட்டமும் (மட்டுமே) அல்ல. குழந்தைகள் பாடங்களைப் புரிந்துகொண்டு படிக்கட்டும். அதற்கு உதவி செய்யுங்கள். அதனால் அவர்கள் நல்ல மதிப்பெண்கள் பெறட்டும். இந்த முதல் ராங்க் மோகத்தை வளர்த்துக் கொண்டு (பல பெற்றோர்கள் இதைக் கௌரவப் பிரச்னையாக வேறு எடுத்துக் கொள்கிறார்கள்). எல்.கே.ஜி.யில் இருந்தே அவர்களை எந்திரம் ஆக்காதீர்கள்.

முதல் ராங்க் மோகத்தால் டி.வி., விளையாட்டு, நண்பர்களுடன் சிறிது அரட்டை அடித்தல், பாட்டு, நடனம் போன்ற அவர்களது சின்னச் சின்ன ஆசைகளை முழுவதுமாக நசுக்கி, கல்விதான் வாழ்க்கையே என்ற எண்ணத்தை உருவாக்கா தீர்கள். வாழ்க்கையின் அடிநாதம் பாசம்தான். அவர்களைக் கல்வியில் கவனம் செலுத்தச் சொல்வது அந்தப் பாசத்தின் காரணமாகத்தான் என்பதைப் புரிய வையுங்கள்.

'நீ அதிக மதிப்பெண்கள் பெற முயற்சி செய். அந்த முயற்சியில் உனக்கு முதல் ராங்க் வந்தால் சந்தோஷமே. உன் முயற்சிகள் கைகூடவில்லையென்றாலும்கூட உன்னிடம் நான் கொண்ட பாசம் குறையாது. ஏனென்றால் நம் பாசத் துக்கு எதுவும் தடைபோட முடியாது' என்பதைக் குழந்தை களுக்குப் புரியும் வகையில் வெளிப்படையாக உணர்த் துங்கள். இதுவே அவர்களிடம் தேவையான மாற்றத்தை விளைவிக்கும். இப்படிப்பட்ட பெற்றோரை தானும் மகிழ்விக்க வேண்டியது அவசியம் என்பதைக் குழந்தைகள் புரிந்துகொள்வார்கள். பாடத்தில் விரும்பி அதிகக் கவனம் செலுத்துவார்கள்.

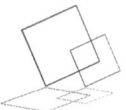

2. இரண்டாவது குழந்தையால் இத்தனை சிக்கல்களா?

'ஏண்டா சுரேஷ், உனக்குக் கொஞ்சமாவது பொறுப்பு இருக்கா? இப்படி ஹோம்-ஒர்க் செய்யாம விளையாடப் போறியே? நாளைக்கு உன்னைப் பார்த்துத்தானே உன் தம்பியும் இதையெல்லாம் கத்துப்பான்' என்று ஒரு குரல் ஏதேனும் ஒரு வீட்டில் ஓங்கி ஒலிக்கும். அந்த 'அண்ணன்' சுரேஷின் வயது ஏழுதான்!

'ஏண்டி உஷா, கத்திப் பேசாதேன்னு எத்தனை தடவை சொல்றது? உன்னைப் பார்த்துத்தான் உன் தங்கை ரம்யாவும் கெட்டுக் குட்டிச்சுவரா ஆகப்போறா' ஐந்தரைக் கட்டையில் அம்மா வின் கத்தல் கேட்கும்.

மற்றவர்களுக்கு ஓர் சிறந்த உதாரணமாக (ரோல் மாடலாக) விளங்குவது என்பது மிகக் கடினமான காரியம். அதை நாலிலும், எட்டிலும் குழந்தைகளிடம் எதிர்பார்ப்பதும், சுமத்துவதும் கொடுமை.

இதைவிடக் கொடுமை ஒன்று உண்டு - ஒப்பிடுதல். 'பக்கத்துவீட்டு வனிதா வேலைக்கும் போய்க்கிட்டு வீட்டையும் நல்லா நிர்வகிக்கிறா. டைம் மேனேஜ்மெண்ட்

அவளுக்குக் கை வந்த கலை போலிருக்கு' என்று கணவன் கூறிய போது, 'அவளை மாதிரி ஒருத்தியை - ஏன் அவளையே கல்யாணம் செய்துக்க வேண்டியதுதானே. பெரிசா ஒப்பிட வந்துட்டீங்க' என்று சீறிய பத்மா, தன் மூத்த மகனிடம் அடிக்கடி சொல்வது என்ன தெரியுமா? 'ஏண்டா பிரசாந்த், வெட்கமா இல்லை உனக்கு? உன் ரெண்டு வயசுத் தம்பி எவ்வளவு அழகாச் சாப்பிடறான். நீயும் இருக்கியே. பாதி சாப்பாடு தரையிலேதான் இறைஞ்சுக் கிடக்கு.'

இப்படி இரண்டாவது குழந்தை நல்ல பழக்கத்தோடு வளர்ந்தால் அதோடு ஒப்பிடப்பட்டு மட்டப்படுத்தப் படுவதும் முதல் குழந்தைதான்.

இரண்டாவது குழந்தை ஏறுமாறாக நடந்துகொண்டால், 'எல்லாம் உன்னைப் பார்த்துத்தான் அதுவும் கெட்டுப் போகுது' என்ற கோபத்துக்கு உள்ளாவதும் முதல் குழந்தை தான்!

தான் நான்காவது வாய்ப்பாடைத் தவறில்லாமல் சொன்னால் 'குட்' என்பதற்கு மேல் ஒரு வார்த்தை சொல்லாத அப்பா, தன் தம்பி உச்சரிப்புத் தெளிவில்லாமல் 'ஒண்ணு டெண்டு' என்று சொன்னால் 'அட என் பட்டுக் குட்டி' என்று கொஞ்சுகிறாரே! ஐந்து வயது விவேக் பொருமுகிறான்.

தன் இரண்டு வயதுத் தங்கை தனக்குத் தெரிந்த 'ட்விங்கிள் ட்விங்கிள் லிட்டில் ஸ்டார்' என்ற ஒரே வரியைத் திரும்பத் திரும்பச் சொன்னால் அவளை அணைத்து உச்சி முகரும் அம்மா, தான் ஆங்கிலப் பாடம் அத்தனையையும் படித்து ஒப்பித்தால் கூட 'சரி சரி. இதுதான் உனக்குத் தெரிஞ்ச சப்ஜெக் டாச்சே. சயின்ஸ் படி' என்று அலட்சியப்படுத்துவதேன்? ஒன்பது வயது ரம்யா அம்மாவை வெறுக்கத் தொடங்கு கிறாள்.

மூத்த குழந்தையின் மனச்சிக்கல்களுக்கு இவை மட்டும் காரணமல்ல. பெரும்பாலான வீடுகளில் இரண்டாவது குழந்தை பிறந்ததும் (இடமின்மை, மற்ற பிற காரணங்களி னால்) பெற்றோருடன் அது படுத்துக் கொள்ள, முதல் குழந்தை தன் தாத்தா, பாட்டியுடன் படுத்துக்கொள்கிறது. என்னதான் தாத்தா, பாட்டியின் கதைகள் மற்றும் அன்பில்

முதல் குழந்தை ஈடுபாடு கொண்டாலும், பெற்றோருடன் உறங்காத குறை அதன் மனத்தின் ஓரத்தில் இருக்கவே செய்யும். அதுவும் தன் தங்கை அல்லது தம்பி உரிமையோடு பெற்றோருடன் படுத்துக் கொண்டிருப்பதை நினைக்கும் போது, அந்தக் குறை பெரிதாகிறது.

இப்படியெல்லாம் ஒருவிதப் பொறாமை, குறை ஆகிய உணர்வுகளோடு இருக்கும் மூத்த குழந்தை, தனக்கு இழைக்கப்படும் வேறு சில 'அநியாயங்களையும்' கண்டு கொதித்துப் போகிறது.

சின்னக் குழந்தை தன்னைக் கிள்ளுவதையும், அடிப்பதையும் தான் பொறுத்துக் கொள்ள வேண்டுமாம். 'பாவம் அவன் உன் தம்பிதானே. தெரியாமல் அடிக்கிறான். அதுக்குப் போய் அவனை பதிலுக்கு அடிக்கப் போறியே... யேய், திரும்பவும் அவன் மேலே கையை ஓங்கினால் அறைஞ்சிடுவேன்.'

சமீபத்தில் ஒரு வீட்டில் இரண்டாவது குழந்தை பிறந்த ஒரு வருடத்தில், மூத்தவன் தானும் பாட்டிலில்தான் பால் குடிப்பேன் என்று அடம்பிடித்தான். ஒரு மனவியல் மருத்துவரிடம் பேசிக்கொண்டிருந்தபோது, 'மூன்று வயதுக்குப் பிறகு இரவில் படுக்கையை நனைக்கும் பழக்கம் இல்லாமல் இருந்த ஒரு சிறுவன், திடீரென்று தன் ஐந்தாவது வயது முடிவில் அந்தப் பழக்கத்தை மீண்டும் தொடங்கினான். அவன் வீட்டில் அப்போது 'ஒரு புதிய மழலை உறுப்பினர்' சேர்ந்திருந்தார் என்பது குறிப்பிடத்தக்கது' என்றார்.

இளைய குழந்தைக்குப் பொதுவாக மனச்சிக்கல்கள் இல்லை. (அண்ணன் அல்லது அக்கா போட்டுக் கொண்ட பழைய உடைகள் தனக்கு வந்து சேருகின்றன போன்ற சில எரிச்சல் களைத் தவிர). ஏனென்றால் அதற்கு விவரம் தெரியும்போது, எல்லாக் குடும்ப உறுப்பினர்களும் அறிமுகமானவர்களாக இருக்கிறார்கள். ஆனால் முதல் குழந்தையைப் பொறுத்த வரை சகோதரன் அல்லது சகோதரி என்ற பெயரில் 'புதுச் சிக்கல்கள்' முளைக்கின்றன.

'உன்னையும் சின்ன வயசிலே இப்படித்தான் கொஞ்சினோம்' போன்ற தர்க்கங்கள் பெரும்பாலும் எடுபடுவதில்லை.

விவரம் புரியாத சின்னக் குழந்தையிடம் அவ்வப்போது 'உன் அக்கா எவ்வளவு சமர்த்து தெரியுமா? பெரியவளானதும் அவதான் உன்னைக் கவனமாகக் கவனிச்சுப்பா' என்று மூத்தவள் காதுபடவே சொல்லுங்கள்.

அவ்வளவு ஏன், 'இவனும் இன்னும் ஒரு வருஷத்திலே ஸ்கூல் போக வேண்டியிருக்கும்' என்று சொன்னாலே பெரியவளின் முகத்தில் ஒரு நிம்மதி பரவுவதைப் பார்க்கலாம்.

வீட்டுக்குள் நுழைந்தவுடன் சின்னக் குழந்தையை வாரிக் கொள்ளும்போதே பெரியவளையும் மற்றொரு கையால் கட்டிக்கொண்டு சில விவரங்களை விசாரிக்கலாமே.

இதுபோன்ற சின்னச் சின்ன விஷயங்களில் கவனம் செலுத்தினால், விரைவில் சின்னக் குழந்தையை ஏதாவது கடிந்துகொண்டால், 'ஏம்மா தம்பியைத் திட்டறே? பாவம் அவன்' என்று கேட்கும் நிலை நிச்சயம் வரும்.

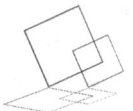

3. ஒன்... டூ... த்ரீ

'மூணு எண்றதுக்குள்ளே அம்மாகிட்டே வந்துடணும். ஒன்... டூ...'

'த்ரீ' என்பதற்குள் தளர்நடை போட்டவாறு புன்னகையுடன் குழந்தை வந்துவிட, அம்மாவின் தாய்மை திருப்தியடைகிறது. குழந்தையின் முகத்திலோ ஏதோ சாதித்துவிட்ட கர்வம்.

குழந்தைகளை ஏதாவது செய்ய வைக்க இந்த 1...2...3 உத்தி நிறையப் பலனளிப்பது உண்மைதான். ஆனால் இது கொஞ்ச காலத்துக்குத்தான். குழந்தைக்குத் தெரிந்து விடுகிறது, தனக்கு விருப்பமில்லாத ஒன்றைச் செய்ய இந்த 1...2...3 உத்தியைப் பெற்றோர்கள் ஒரு தூண்டிலாகப் பயன்படுத்துகிறார்கள் என்று. அவ்வளவுதான். பலன்கள் கொஞ்சம் கொஞ்சமாகக் குறையத் தொடங்குகின்றன.

'ஒன்' என்றவுடனேயே துள்ளிக்கொண்டு பெற்றோரின் எதிர்பார்ப்பை நிறைவேற்றத் தொடங்கிய குழந்தை, 'டூ' என்ற வார்த்தையைக் கேட்ட பிறகுதான் வேண்டா வெறுப்பாகச் செயல்படத் தொடங்குகிறது.

இதன் அடுத்தகட்டம் என்ன தெரியுமா? 'த்ரீ' சொன்னாலும் குழந்தை அசையாது. ஒன்...டூ...த்ரீ மூலம் குழந்தை சைகாலஜியைக் கரைத்துக் குடித்துவிட்டிருந்ததாக அதுவரை எண்ணியிருந்த பெற்றோர்கள் செய்வதறியாது நிற்பது இப்போதுதான்.

குழந்தைகளை எப்படி வழிக்குக் கொண்டுவருவது? இது ஒரு மில்லியன் டாலர் கேள்வி. அதட்டல், உருட்டல், அடி போன்றவை சரியான வழிகள் அல்ல என்பதை அறிந்து வைத்திருக்கும் பெற்றோர்கூட, நயமாகச் சொன்னாலும் அதை எடுத்துக் கொள்ளாத குழந்தையை என்ன செய்வது என்று கையைப் பிசைந்து கொண்டிருக்கிறார்கள்.

இந்தப் பிரச்னைக்குப் பொதுத்தீர்வு என்று எதுவும் கிடையாது. 'இப்படி எல்லாம் விஷமம் பண்ணினால் நான் வீட்டை விட்டே போயிடுவேன்' என்ற யுக்தி, கொஞ்ச நாள் பலிக்கலாம். 'போய்க்கோயேன்' என்று சொல்லுமளவுக்குக் குழந்தை கொஞ்சநாளில் 'தெளிவு' பெற்றுவிடும்.

'அம்மா உனக்கு வேணுமா இல்லையா? அப்போ நான் சொன்னதைக் கேள்' என்பது போன்ற சென்டிமென்ட்டான வியூகங்கள் கொஞ்ச நாள் பலன் தரலாம். பிறகு?

என் அனுபவத்தில் வெற்றி கண்ட ஒரு யுக்தியை உங்களிடம் பகிர்ந்து கொள்கிறேன். உங்கள் குழந்தைக்கு மிகவும் பிடித்த நியாயமான விருப்பங்களை விலைக்கு ஏற்றவாறு பட்டியலிடுங்கள். உதாரணமாக, பொம்மை, உடை, கைக் கடிகாரம், சைக்கிள் இந்த மாதிரி.

- நீங்கள் சொல்லும் ஒவ்வொரு விஷயத்தையும், உங்கள் மகன் அல்லது மகள் கடைப்பிடிக்கும்போது, ஒரு பாயிண்ட் கொடுங்கள்.
- கஷ்டமான அல்லது குழந்தைக்குப் பிடிக்கவே பிடிக்காத வேலை என்றால் அதைச் செய்தால் இரண்டு பாயிண்ட்கள் கொடுக்கலாம்.
- செய்த வேலைக்குத்தான் என்றில்லை. ஏதாவது ஒரு விஷமத்தை அல்லது ஒழுக்கமின்மையைச் செய்யாதே என்று சொல்லி அதன்படி குழந்தை நடந்து கொண்டாலும் பாயிண்ட் உண்டு.

- '20 பாயிண்ட்கள் எடுத்தால் பொம்மை. 50 எடுத்தால் உடை. 100 எடுத்தால் கைக் கடிகாரம். 200 என்றால் சைக்கிள்' என்பதுபோல் ஒரு அட்டவணை போட்டு அதைக் குழந்தையிடம் சொல்லிவிடுங்கள்.

- இவை மட்டுமல்ல. எதையாவது சொல்லி அதைக் குழந்தை செய்யவில்லையென்றால் ஒரு பாயிண்ட் குறைக்கப்படும். இதையும் தெளிவுபடுத்திவிடுங்கள். ஆனால் ஆரம்ப நாள்களில் இதுபோன்று மதிப்பெண் களைக் குறைக்க வேண்டாம். வெறும் எச்சரிக்கையோடு நிறுத்திக்கொண்டு விடுங்கள்.

- உங்கள் எதிர்பார்ப்புகள் மிகக் கடுமையானவையாக இருக்கக் கூடாது. உங்கள் மகன் வாசலில் விளையாடிக் கொண்டிருக்கிறான். 'இந்த நிமிடமே ஆட்டத்தை நிறுத்திவிட்டு வந்து ஹோம்-ஒர்க் செய்தால்தான் பாயிண்ட்' என்று சொல்லாமல், 'இன்னும் பத்து நிமிஷத்திலே நீ ஹோம்-ஒர்க் செய்ய ஆரம்பிக்கணும்' என்று சொல்லுங்கள். அப்போதுதான் 'எனக்கு ஒண்ணும் இந்த பாயிண்ட் கேம் வேண்டாம்' என்று தூக்கி எறியாமல் இருப்பார்கள்.

விருப்பமான குறிக்கோள் இருந்தால் அதற்கான முயற்சி களும் சிறப்பானதாகவே இருக்கும் என்ற அடிப்படையில் சிபாரிசு செய்யப்படும் இந்த உத்தி உங்கள் வீட்டில் பலனளிக்கிறதா பாருங்களேன்.

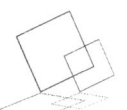

4. நாலு பேருக்கு நடுவில்

வீட்டில் அம்மா நூறு முறை திருஷ்டி சுற்றிப் போட்டிருப்பாள். 'என் கண்ணே பட்டுடும் போலிருக்கு, நீ ரொம்ப அழகா வரையறே நிம்மி.' எட்டு வயது நிம்மியின் முகம் சந்தோஷத்தைக் காட்டுகிறது.

பள்ளியிலிருந்து தலைதெறிக்கும் வேகத்தில் அன்று வீட்டுக்கு ஓடி வந்த நிம்மி, 'அம்மா இன்னிக்கு எங்க மிஸ் என்னைப் பார்த்து, 'நல்லா ட்ராயிங் போடறே. கீப் இட் அப்'னு சொன்னாங்க' என்று உடைந்த வாக்கியத்தில் சொன்னபோது, அவள் முகத்தில் தோன்றிய விவரிக்க முடியாத பிரகாசத்தைப் பார்த்ததும் அம்மாவுக்கு 'தான் சொன்னதையே அவள் டீச்சர் சொன்னபோது, இந்தப் பெண்ணுக்கு இத்தனை அதிக மகிழ்ச்சியா?' என்ற கேள்வி மனத்தின் மூலையில் எழுகிறது.

அதற்கான விடை, நிம்மியின் அடுத்த வாக்கியத்திலேயே கிடைத்துவிடுகிறது.

'அதுவும் வகுப்பிலே அத்தனை பசங்க நடுவிலே அதைச் சொன்னாங்க.'

நாலுபேர் நடுவில் அங்கீகாரம் கிடைத்தால் மகிழ்ந்து போவது பெரியவர்கள் மட்டுமல்ல; குழந்தைகளும்தான்.

இதைப் பல பெற்றோர்கள் ஏனோ ஆக்கபூர்வமான வழிகளில் பயன்படுத்துவதில்லை.

'இன்னிக்கும் பென்சிலைத் தொலைச்சிட்டு நிக்கறியா? இன்னும் மூணு நாளைக்கு நீ அம்மாவோட பேச வேண்டாம்' என்று சொல்லும்போதுகூட அப்படியொன்றும் பதற்றத்தைக் காண்பிக்காத ஆறு வயது அபர்ணா, 'அதெப்படி உனக்கு மட்டும் தினமும் ஒரு பென்சில் தொலையுது? நாளைக்கு உன் தோழி ரம்யா வருவா இல்லே. அவளும் உன்னை மாதிரி அடிக்கடி பென்சிலைத் தொலைக்கி றாளான்னு கேட்கிறேன்' என்று சொன்னால் முகம் சிறுத்துப் போய் 'வேண்டாம்மா ப்ளீஸ்' என்று கெஞ்சத் தொடங்கு வாள்.

உங்கள் குழந்தையின் மனத்தில் ஆழமாக வடுவை ஏற்படுத்த வேண்டுமா? (அப்படி யாராவது விரும்புவார்களா? ஒரு விளக்கத்துக்காக இந்தக் கேள்வி). ரொம்ப சிம்பிள். அவளது வகுப்பாசிரியையிடம் சென்று 'வீட்டிலே இவ தொட்டதுக் கெல்லாம் பிடிவாதம் பிடிக்கிறா டீச்சர். இவ பள்ளிக் கூடத்திலயாவது ஒழுங்கா நடந்துக்கிறாளா?' என்று உங்கள் பெண்ணின் காதுபடச் சொன்னாலே போதும்.

எல்லோருக்குமே நெஞ்சின் ஓரத்தில் துளியூண்டு குரூரத்தன மாவது ஒட்டிக்கொண்டிருக்கும் என்கிறார்கள் மனவியல் நிபுணர்கள். ஆனால் அதை நாம் குழந்தைகள் விஷயத்தில் வெளிப்படுத்துவது கொடுமையான ஒன்று.

அடுத்த வீட்டுப் பையனைக் கூப்பிட்டு, 'நீ எல்லாத்துலேயும் தொண்ணூறு மார்க் வாங்குகிறே. அதனாலே நீ எந்த விளையாட்டு விளையாடினாலும் தப்பில்லே. ஆனால் எங்க வீட்டு பிரகஸ்பதி ஐம்பது மார்க்குக்கே உன்னைப் பிடி என்னைப் பிடிங்கிற நிலையிலே இருக்கான். இவனுக் கென்ன கிரிக்கெட் வேண்டியிருக்கு சொல்லு' என்று ஒரு போதும் சொல்லாதீர்கள். நண்பன் எதிரே அவமானப்படுத்தப் பட்ட ரணம், சுலபத்தில் ஆறாது. அது மட்டுமல்ல அந்தக் கோபம் உங்கள் மேல் வன்மமாக மாறி உங்கள்

அறிவுரைகளை ஏற்க மறுக்கும் பிடிவாதமாக அது நாளடைவில் உருமாறக் கூடும்.

ஒரு நிமிடம் யோசித்துப் பாருங்கள். உங்கள் பெண்ணோ பிள்ளையோ ஒரு நல்ல காரியத்தைச் செய்தால் அதை வீட்டுக்குள்ளேயே சொல்லிப் பாராட்டிக் கொண்டிருக்காமல் நாலைந்து பேர் நடுவில் அவளை(ன)ப் பாராட்டி இருக்கிறீர்களா? அதுபோன்ற உண்மையான பாராட்டு, பெரும் உற்சாகத்தை உங்கள் குழந்தையிடம் உண்டாக்கும்.

நாமே நாலு பேர் நடுவில் குழந்தைகளைக் கேலி செய்தால் தான் தப்பு என்றில்லை. நாலு பேர் நடுவில் அவர்கள் அவமானப்படும் சூழ்நிலையை உண்டாக்குவதும் செய்யக் கூடாத ஒன்றுதான்.

'பாட்டுக் க்ளாஸில் சேர்த்தால் பாதிநாள் போகாமல் அடம்பிடிக்கிறே இல்லே? உனக்கு ப்ராக்ரஸ் ரிப்போர்ட்டிலே மூணு நாள் கழிச்சுதான் கையெழுத்து போட்டுத் தருவேன். நல்லா டீச்சர்கிட்டே திட்டு வாங்கு' இதுவும் சரியில்லை.

மேனேஜ்மென்ட்டில் ஓர் அடிப்படைப் பாடம் உண்டு. ஒரு மனிதனின் தேவைகளைப் படிப்படியாகப் பட்டியலிடுகிறார் மாஸ்லோ என்கிற பிரபல நிபுணர். இதன்படி ஒரு மனிதனின் முதல் தேவை அடிப்படை அவசியங்களான உடை, உணவு, இருப்பிடம் ஆகியவை. இவை கிடைத்தவுடன் மனித மனம் விரும்பும் அடுத்த விஷயம் 'அங்கீகாரம்'தானாம். இந்த அங்கீகாரம் நாலு பேர் நடுவிலே அளிக்கப்படும்போது, பல மடங்கு அதிக பலனைத் தரும். இதுகுழந்தைகள் சைக்காலஜி விஷயத்தில் நிச்சயம் பொருந்தும் - அதிகமாகவே.

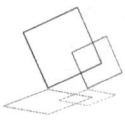

5. ஐந்து விரல்களும் இணைந்து இயங்கட்டும்

'ஜெயாவோட பெண் சரண்யா எவ்வளவு சமர்த்தா வீட்டு வேலையையெல்லாம் செய்றா தெரியுமா? நம்ம வீட்டிலேயும் இருக்கிறதுகளே.

இவங்க கிட்டே ஒரு வேலையைச் சொல்றதுக்கு நானே அதைச் செய்துடலாம்.'

குழந்தைகள் ஒத்துப் போவதில்லை; வீட்டு வேலையில் உதவுவதில்லை என்கிற முறையீடு பல வீடுகளில் கேட்கிறது.

குழந்தைகளைப் போய் வேலை வாங்குவானேன் என்று மாங்கு மாங்கென்று வேலைகளை நீங்களே செய்வது சரியான அணுகுமுறை அல்ல.

வளர்ந்த குழந்தைகள் வீட்டுப் பொறுப்பில் பங்கேற்க வேண்டியது அவசியம். அதுவும் பெண் குழந்தைகளைப் போலவே ஆண் குழந்தைகளையும் வீட்டுப் பொறுப்பில் பங்கேற்க வைக்க வேண்டும். (இந்த இடத்தில் பல தாய்மார்கள் தவறுகிறார்கள். பெண் குழந்தைகளை மட்டுமே வீட்டு வேலைகளில்

ஈடுபடுத்துவதுதான், ஆண்களின் மனத்தில் காலம் காலமாக ஈகோவைத் தங்க வைத்துவிடுகிறது).

ஐந்து விரல்களும் ஒன்றுபோல் இல்லைதான். ஆனால் அவற்றை இணைத்துத் தனக்குத் தேவையான செயல்களைச் செய்துகொள்ள மூளையால் முடிகிறது. சொல்லப் போனால் ஐந்து விரல்களும் ஒன்றுபோல் இல்லாததே உடலுக்குச் சாதகம் என்று கருதுமளவுக்கு அது சாமர்த்தியமாகத் தன் கட்டளைகளை (அவை கட்டளை என்று தெரியாத வகையில்) நிறைவேற்ற வைக்கிறது.

இந்த விதி நாம் மேலே குறிப்பிட்ட விஷயத்துக்கும் பொருந்தும். சில வீடுகளில் இன்னமும் கூட்டுக் குடும்பம்தான். மற்ற வீடுகளிலும் விடுமுறை நாள்களில் பல குழந்தைகள் தங்கும் நிலை வரும். 'இவங்களோட ரகளை இருக்கே அப்பப்பா' என்று நீங்கள் அலறுவதோ, 'இத்தனை பேர் இருக்கிறது எனக்கு யானை பலமாக்கும்' என்று பெருமைப்படுவதோ, நீங்கள் குழந்தைகளை எப்படி இணைத்துச் செயல்படுத்துகிறீர்கள் என்பதைப் பொறுத்தது. இதை மேனேஜ்மெண்ட்டில் 'கோ-ஆர்டினேஷன்' என்பார்கள்.

'எந்தக் குழந்தைதான் வேலை செய்கிறது? கரடியாகக் கத்தி ரெண்டு சாத்து சாத்தினால்தான் அவ்வப்போதாவது சொன்னதைக் கேட்கும்' என்கிறீர்களா? தவறு. 'அடி உதவுவது போல அண்ணன் தம்பி உதவமாட்டான்' என்ற பழமொழி கவைக்குதவாதது. 'ஆடுகிற மாட்டை ஆடிக் கற, பாடுகிற மாட்டை பாடிக் கற' என்பது குழந்தைகளைப் பொறுத்தவரை நடைமுறைக்கு அதிகம் ஒத்துவரும் பழமொழி.

கொஞ்சம் பாராட்டுதல்களோடு வேலையைக் கறந்து கொள்ளுங்கள். 'ராஜா உன் கையெழுத்து அழகா இருக்கே. இந்த மாத சாமான் லிஸ்ட்டை நான் சமைச்சுக்கிட்டே சொல்வேனாம். நீ எழுதுவியாம், என்ன?'

'ஹம்சா, நீதான் அட்டகாசமாக சைக்கிள் ஓட்டுவியே, சைக்கிளிலே போய் எட்டணாவுக்குக் கொத்துமல்லி வாங்கிவாயேன்.'

பாராட்டுதலில் மயங்காதவர் யார்? ஆனால் ஒன்று, வேலை ஏவப்படாத சமயத்திலும் இந்தப் பாராட்டை அளிக்க

வேண்டும். இல்லாவிட்டால் 'காரியம் ஆவதற்காகத் தனக்கு ஐஸ் வைக்கப்படுகிறது' என்ற டெக்னிக்கைக் குழந்தைகள் நிச்சயம் உணர்ந்துகொண்டுவிடுவார்கள். அப்புறம் என்ன, ஒத்துழையாமை இயக்கம்தான்.

'ஒரு நாளைக்கு கீதா தட்டு வச்சா அடுத்த நாள் ஸ்ரீராம் தட்டு வைக்கணும்' என்று பழக்கப்படுத்துங்கள். தட்டு கழுவும் போது ஸ்ரீராம் நிறைய தண்ணீரை வீணாக்குவதாகத் தோன்றி னால் 'தினமும் தட்டு வைப்பது கீதாவின் வேலை, டம்ளர்களில் தண்ணீர் வைப்பது ஸ்ரீராமின் வேலை' என்று நடைமுறையில் கொண்டு வாருங்கள்.

அதிகம் வேலை செய்யாத குழந்தையைக் குறைவாக மதிப்பிட்டுத் திட்டாதீர்கள். ஐந்து விரல்களில் சுண்டு விரல் அதிகம் வேலை செய்வதில்லை என்றாலும்கூட, அதற்குக் காயம் பட்டால் மொத்தக் கைக்கும்தானே சிரமம்! அது மட்டுமல்ல சுண்டு விரலையும் ராஜதந்திரத்துடன் வேலை வாங்க முடியும்.

'இரும்மா, டீ.வி.யிலே நல்ல நல்ல புரொக்ராமெல்லாம் இருக்கு. நான் வீடு பெருக்க மாட்டேன்' என்று டீ.வி. எதிரேயே அடமாக உட்கார்ந்து கொண்டிருக்கும் ராஜியின் எதிரே ஒரு கட்டுக் கீரையையோ பீன்ஸையோ கொடுத்து அவற்றை ஆய்ந்து வைக்கச் சொல்லலாம். டீ.வி.யும் பார்க்க லாம். அம்மாவின் திட்டிலிருந்தும் தப்பிக்கலாம் என்ற சந்தோஷத்தில் இந்த வேலையை அவள் உற்சாகமாகவே செய்ய வாய்ப்பு உண்டு.

பரிமாறுவதற்கு முன் எந்தவித உதவிக்கும் வராமல் 'இரும்மா நான் பாடம் படிக்கிறேன்' என்று டபாய்க்கும் ராகவிடம் 'ஓ.கே. இப்போ பாடம் படி. ஆனால், சாப்பிட்ட பிறகு உணவுப் பண்டங்களை சமையலறைக்கு எடுத்துட்டு வர நீதான் உதவணும்' எனலாம். வீட்டு வேலையைப் பங்கு பிரித்துச் செய்வது என்பது அற்புதமான தத்துவம். 'டிவிஷன் ஆஃப் லேபர்' என்பதன் பெருமையைப் பற்றிப் பொருளாதார வல்லுனர்கள் சிறப்பாகக் குறிப்பிடுகின்றனர்.

ஒரு சகோதரியின் வீட்டில் அற்புதமான ஒரு காட்சியைக் காண நேர்ந்தது. உடல் நலமின்மை காரணமாகத் தொடர்ந்து

பத்து நாள்கள் அவர்கள் வீட்டு வேலைக்காரி வரவில்லை. பாத்திரங்களை சகோதரி தேய்க்க, அவரது மூத்த பெண் அவற்றை சமையலறையில் கொண்டு போய்ச் சேர்க்க, சகோதரியின் கணவர் அவற்றை உரிய இடங்களில் அடுக்கினார். இதை வெறும் வேலையாகக் கருதாமல் உற்சாகமாகச் செய்தார்கள். அந்த உற்சாகத்துக்குக் காரணம் இருந்தது.

தொலைக்காட்சி விளம்பரங்களென்றால் குழந்தைகளுக்குக் கொள்ளை விருப்பம் இல்லையா? அவை சம்பந்தமாக சில கேள்விகளை அம்மாவோ, அப்பாவோ கேட்க, வேலை செய்துகொண்டே குழந்தைகள் பதிலளிக்கவேண்டும். பெற்றோர்களின் ஸ்டாக் தீர்ந்தவுடன் குழந்தைகள் கேள்விகளைக் கேட்டுப் பெற்றோரைத் திருதிருவென விழிக்கச் செய்தனர். இந்த வினாடி வினா மும்முரத்தில் வேறு பல வீட்டு வேலைகள்கூட 'கூட்டுறவுடன்' நடந்தன.

இப்படிச் சரியான உத்தியைக் கையாண்டால் 'ஐந்து விரல்களையும்' ஆக்கபூர்வமாக ஆள்வது சிரமமேயில்லை.

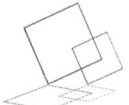

6. ஆறு பெருகினால் அணை

'எனக்கு உன்னைக் கொஞ்சம்கூடப் பிடிக்கலே' என்று வாணி கூற, அம்மாவின் முகம் சிவக்கிறது.

'நன்றி கெட்ட பெண். பன்னிரண்டு வருடங் கள் பாசத்தைக் கொட்டி வளர்த்ததற்கு என்ன பேச்சு பேசுகிறது' படாரென்று வெடிக் கிறாள்.

'சனியனே, எனக்கும்தான் உன்னைப் பிடிக்கலே. உன்னை ஏன் பெத்தோமோன்னு இருக்கு.'

'நானா பெத்துக்கச் சொன்னேன்?' வாணியின் வாயிலிருந்து வரும் வார்த்தைகள் அம்மாவின் மேல் தணலாக விழுகின்றன.

கோபம் மற்றும் வருத்தத்தில் குழந்தைகள் பேசும் வார்த்தைகளைப் பெற்றோர் அப்படியே அர்த்தம் எடுத்துக் கொள்ளக்கூடாது. ஏன் அந்த இளம்தளிர்கள் அப்படிப்பட்ட வார்த்தைகளைப் பயன்படுத்துகின்றனர் என்று யோசிக்காமல் நெருப்பு ஆறாகப் பதில் வாக்கியங்களை ஓட விடுவது சரியல்ல.

'என்னம்மா வாணி, என்னைப் போய்ப் பிடிக்கல்லைன்றியே, இதைக் கேட்க எனக்கு எவ்வளவு வருத்தமாயிருக்குத் தெரியுமா? ஏன் உனக்கு என்னைப் பிடிக்கலே?' என்று பெண்ணிடம் கெஞ்ச வேண்டுமோ?' கடுகடுப்போடு கேட்கிறீர்களா?

'ஆமாம்' என்ற சரியான பதிலை நான் சொன்னால், உங்கள் கோபம் அதிகரிக்கலாம். 'மாடாக உழைத்து ஓடாகத் தேயும் எங்களால் இவ்வளவு பொறுமையாகப் பதில் சொல்வது என்பது நடைமுறையில் சாத்தியமா? - அதுவும் அப்பா அம்மாவிடம் பயமேயில்லாத இந்தக் காலக் குழந்தைகளிடம்?' என்று சீறும் ரகமா நீங்கள்?

சரி, இப்படி நீங்களே கொஞ்சம் குழந்தைத்தனத்துடன் பேசும்போது, உங்களிடமும் சில விதிகளைத் தளர்த்திக் கொள்ள வேண்டியிருக்கிறது. குழந்தையிடம் குறைந்த பட்சம் பதில் சொல்லாமல் இருந்துவிடுங்கள். பல சந்தர்ப்பங்களில் மௌனத்தைவிட சிறந்த பதிலடி எதுவுமேயில்லை. தன் தவறைக் குழந்தை உணரும். தானாக வந்து விளக்கம் தரும்.

கோபத்தில் குழந்தை பேசும் வார்த்தைகளுக்கு அப்படியே அர்த்தம் எடுத்துக் கொள்ளக் கூடாது என்றோம் இல்லையா? அதற்கு வருவோம்.

'உன்னைக் கொஞ்சம்கூடப் பிடிக்கலே' என்பதற்கு அர்த்தம், 'அலுவலகத்திலேயிருந்து நீ வீட்டுக்குள் வந்தவுடனேயே தினமும் 'ஹோம்-ஒர்க் செய்துட்டியா?' என்று கேட்பது எனக்குப் பிடிக்கவில்லை' என்பதாக இருக்கலாம்.

அப்படிக் கேட்டது ஏன் பிடிக்காமல் போக வேண்டும்? பள்ளியிலிருந்து வந்ததும் சிறிதும் விளையாடாமல் தான் ஹோம்-ஒர்க்கை முதலில் முடித்திருக்கவேண்டும் என்று அம்மா விரும்புவது பிடிக்காமல் போயிருக்கலாம். அல்லது தன்னைப் பற்றி அன்பாக நாலுவார்த்தை விசாரிக்காமல் வந்ததும் வராததுமாக ஹோம்-ஒர்க் பற்றி முதலில் விசாரித்தது வெறுப்பைத் தூண்டியிருக்கலாம்.

'நீ, அப்பா, தாத்தா எல்லாருமே என்னைத் திட்டிக்கிட்டே இருக்கீங்க' என்று கூறும் ஸ்ரீகாந்த்திடம் 'நீ நடந்துக்கிறது

அப்படி' என்று பளிச்சென்று சொல்லாதீர்கள். வார்த்தை ஆறுகளுக்கு அணைபோடுங்கள்.

'நாங்க திட்டுவதை நிறுத்திக்கிறோம். நீயும் சில விஷயங் களிலே மாத்திக்கிறியா?' என்றோ 'நாங்க உன்னை எப்படி நடத்தணும்னு நினைக்கிறே?' என்றோ கேளுங்கள். நீங்கள் எதிர்பார்க்காத கோணம் பிடிபடக்கூடும்.

'உனக்கு யாரை ரொம்பப் பிடிக்கும்?' என்று ஆறு வயது வருணைக் கேட்க, அவன் 'முதல்ல அப்பாவைப் பிடிக்கும், அடுத்தது பாட்டியைப் பிடிக்கும், மூணாவது உன்னைப் பிடிக்கும்' என்று கூறிவிட்டால், உங்கள் மனம் சுருங்கலாம். ஆனால் முகம் சுருங்கக் கூடாது. அதைவிட முக்கியமாக 'இனிமேல் உங்கப்பாவையும், பாட்டியையுமே உனக்கு எல்லாத்தையும் பண்ணிவிடச் சொல்லு' என்று வார்த்தையை ஓடவிடாதீர்கள்.

உங்கள் ஏக்கம் புரிகிறது. என்றாலும் நீங்கள் கூறும் வாக்கியத் தின் மூலம் 'பாசம் என்பது செய் நன்றிக்கு ஒப்பானது' என்று ஆகிறது. அது அல்லவே உண்மை. அது உண்மையா இருந்தால் உங்களுக்கு உதவி செய்த பல உறவுகளைவிட, உங்கள் பிள்ளையின் மீது ஏன் உங்களுக்கு அதீத பாசம் வரவேண்டும்? எனவே, 'யார் தனக்கு அதிக நன்மை செய்கிறார்களோ அவர்கள் மீதுதான் அதிகப் பாசம் வைக்க வேண்டும்' என்று அவன் மனத்தில் பதிய வைக்க வேண்டாம். குழந்தைகளின் சிந்தனைகள் அடிக்கடி மாறக் கூடியது. நாளைக்கே 'எனக்கு உலகத்திலேயே உன்னைத் தாம்மா அதிகம் பிடிக்கும்' என்று அவன் சொல்லலாம்.

குழந்தையிடம் அலட்சியமாகப் பேசாதீர்கள். கொஞ்சம் அடக்கி வாசியுங்கள் என்பது கோபப்படும்போது மட்டு மல்ல. மற்ற சங்கதிகளுக்கும்தான். பட்டாசு சத்தம் கேட் டாலே உங்கள் மகனுக்குப் பயமேற்படுகிறது என்றால் 'ஐய்யய்ய, ஷேம் ஷேம். உன் வயசுப் பையன்களெல்லாம் கையிலேயே பட்டாசுக்கு நெருப்பை வச்சித் தூக்கி எறியறாங்க, நீ என்னடான்னா இப்படிப் பயந்தாங் கொள்ளியாயிருக்கியே' என்று கூறி அவனது ஈகோவைப் புண்படுத்த வேண்டாம். 'நானும் உன் வயசிலே இப்படித் தான் பயந்துக்கிட்டிருந்தேன். ஆனால் அப்புறம் அந்தப்

பயம் விட்டுப் போச்சு. ஏன் தெரியுமா?' என்று தொடங்கி விளக்குங்கள்.

'மனத்தில் பட்டதை மறைக்காமல் சொல்வது' என்பது குழந்தைகள் விஷயத்தில் நேர்மாறான பலனைக் கொடுக்கக் கூடும். எனவே, குழந்தையின் மன உணர்வுகளை அறிந்து அதற்குத் தகுந்தபடி பேசினால் அது உங்களுக்கும் அவனு(ளு)க்குமிடையே உள்ள நெருக்கத்தை அதிகரிக்கும். நாளைக்கு எந்தப் பிரச்னை வந்தாலும் உங்களிடம் கலந்தாலோசிக்கத் தயங்காமல் இருக்கும் நிலை உருவாகும்.

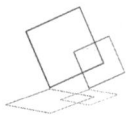

7. ஏழு நாள்களும் இதே தொல்லையா?

'இந்தத் தொல்லைக்கு என்றுதான் விடிவு காலமோ?' என்றபடி தன் தலையை இரு கைகளாலும் அழுந்தப் பிடித்துக் கொள்கிறாள் விமலா.

'மனசைத் தேத்திக்கோ விமலா. மாமியார், கணவர் தொல்லையெல்லாம் நிறையப் பேருக்கு இருக்கிறதுதானே. சாப்பிடு' என்றபடி தன் டிபன் பாக்ஸைத் திறக்கிறாள் மாலதி.

விமலா வெடிக்கிறாள். 'மாமியார், கணவரெல்லாம் இருக்கட்டும். என் ஏழுவயது வாண்டு என்னை தினமும் காலையிலே ஆட்டிப் படைக்கிற அக்கிரமம்தான் வயித்தெரிச்சலாக இருக்கு' என்றவாறு தனது தினசரி சுப்ரபாத முயற்சிகளை ஆற்றாமையுடன் விளக்கத் தொடங்குகிறாள் விமலா.

'தினமும் காலை ஆறு மணிக்கே என் பொண்ணு ராதிகாவை எழுப்பணும்'னு நினைப்பேன். ஆனா காலையில் எழுந்ததும் 'சே, பாவம் குழந்தைதானே. இன்னும் கொஞ்சம் நேரம் தூங்கட்டும்'னு விட்டுடுவேன். ஆறரை மணியிலிருந்து நான், என் மாமியார்,

என் கணவர் எல்லோரும் மாறி மாறி அவளை எழுப்புவோம். கடைசியில நிதானமா மனசு வந்து படுக்கையைவிட்டு அவ எழுந்து பல் தேய்க்கப் போகும்போது, மணி எட்டு ஆகியிருக்கும். அப்புறம் அரக்கப்பரக்க அவளைத் தயார் பண்ணிட்டு நானும் கிளம்பும் பாடு இருக்கே, அப்பப்பா... இந்தப் புலம்பல் எல்லா வீடுகளிலும் ஒலிப்பதுதான். குழந்தை, பெற்றோரை படுத்தும் விதமும் பெற்றோர், குழந்தையை எழுப்பும் விதமும்தான் வீட்டுக்கு வீடு மாறுபடும்.

'எழுந்திரும்மா' என்ற இனிமையான பூபாள ராகக் குரல் விதவிதமாகக் கடுமை கலக்கப்பட்டு 'எழுந்து தொலையேன்' என்று யுத்த பேரிகையாக மாறும்.

இதுபோன்ற குழந்தைகளை எப்படி மாற்றுவது? சில வழிகளை முயற்சிக்கலாம்.

இரவில் நேரம் கடந்து தூங்குவதைப் பழக்கமாக்கிக் கொண்டிருந்தால் அதை மாற்றியமைக்க வேண்டும். இரவில் சீக்கிரம் தூங்கும் பழக்கத்தைக் குழந்தைகளுக்கு ஏற்படுத்த வேண்டும்.

ஆனால் பல குழந்தைகள் விழிப்பு வந்த பிறகும் மீண்டும் தூங்குவதற்குக் காரணம் தூக்கத்தின் மீது கொண்ட காதலால் அல்ல. இதற்கு வேறு ஒரு மனோதத்துவக் காரணமும் உண்டு. எழுந்தவுடன் தான் செய்ய வேண்டியிருக்கும் பல காரியங்கள் - பல் தேய்ப்பது, காபி குடிப்பது, குளிப்பது, அவசரமாகச் சாப்பிடுவது, யூனிஃபார்ம் போட்டுக் கொள்வது, முக்கியமாகப் பள்ளிக்குச் செல்வது - இப்படிப் பட்டவற்றில் சிலவோ பலவோ செய்வதில் குழந்தைக்கு வெறுப்பு ஏற்பட்டிருக்கலாம். அதனாலேயே தூக்கம் அவனுக்குச் சிறந்த மாற்றாகத் தெரியலாம் - முடிந்தவரை அந்த வெறுக்கும் காரியத்தைச் செய்யாமல் தள்ளிப்போட உதவுகிறதே!

குழந்தை வெறுக்கும் காரியத்துக்கு ஒரு சுவையான பரிணாமத்தைக் கூட்டுங்கள். புதிய, வித்தியாசமான வடிவமுள்ள டூத் பிரஷ், காபிக்கு பதிலாக அவர்களுக்குப் பிடித்த பானம், யூனிஃபார்மின் மீது அவர்களுக்குப் பிடித்த

சில சொட்டு சென்ட், பளப்ளவென்று பாலிஷ் போடப்பட்ட ஷூ இப்படி...

கொஞ்சம் அதிக அக்கறை எடுத்துக் கொண்டால் - சிறிது திட்டமிடலும் சிறிது முன்னதாக எழுந்திருத்தலும் இதற்குத் தேவை - காலை வேளையை குழந்தைகளுக்குச் சுவையாக மாற்றிக் காட்டலாம். உதாரணமாக ஒரு நகைச்சுவைக் கதையை தினமும் பகுதி பகுதியாகக் காலையில் குழந்தை சாப்பிடும்போது சொல்லலாம். குழந்தைக்குப் பிடித்த ஐட்டம் அன்றைய சமையலில் இருந்தால் அதைச் சொல்லி எழுப்பலாம்.

தனக்குப் பிடித்த ஒன்று தனக்காகக் காத்திருக்கிறது என்ற எண்ணம் வந்தால், குழந்தைகள் படுக்கையைவிட்டுச் சிட்டாக எழுந்திருப்பர்.

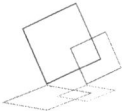

8. 'எட்டுக்கால் பூச்சிக்கு எத்தனை கால்?'

என்னுடன் பணிபுரியும் நண்பர் ஒருவரின் வீட்டுக்கு ஒருமுறை சென்றிருந்தேன். அவரது மகன் 'அங்கிள், எட்டு கால் பூச்சிக்கு எவ்வளவு கால்?' என்று கேட்டான். கொஞ்சம் திகைப்பு ஏற்பட்டாலும் 'இதிலே என்ன சந்தேகம்? எட்டு கால்கள்தான்' என்றேன்.

'தப்பு, ஆறு கால்கள்தான்' என்றபடி தன் மூடியிருந்த கையை விரிக்க அதில் ஒரு பூச்சி தத்தளித்துக் கொண்டிருந்தது. 'ஏன்னா, நான் தான் பூச்சியோட இரண்டு கால்களை பிய்ச் சுட்டேனே' என்று அவன் சொன்னதும் முதுகுத் தண்டில் மின்சாரம் பாய்ந்ததுபோல் இருந்தது.

அதற்குப் பிறகு கொஞ்சம் கூர்ந்து கவனித்ததில் சுற்றியுள்ள சில குழந்தைகளின் பேச்சு வார்த்தை களில் ஒரு வித சாடிஸம் தென்பட்டது. 'இன்னிக்கு ஸ்கூல்லே கலா என்னைத் திட்டினா, பளார்னு ஒரு அறை விட்டேன் பாரு.'

'ரஜினி செம ஃபைட்ரா. அவர் ஒரு குத்து குத்தினதும் வில்லனோட வாயில எவ்வளவு ரத்தம் வழிஞ்சது தெரியுமா?' இவை மட்டு மல்ல -

நீளமாகச் சென்றுகொண்டிருக்கும் எறும்பு வரிசையில் நடுவில் ஒரு எறும்பை நசுக்கிச் சாகடித்துவிட்டு, அதற்குப் பிறகு மற்ற எறும்புகள் சிதறிக் கலைவதைப் பார்த்துக் கைகொட்டிச் சிரித்த நான்கு வயது ப்ரவீண்.

விளையாட்டுக் கடையில் பலவித பொம்மைகள் எதிரே இருக்க, துப்பாக்கிதான் வேண்டும் என்று பிடிவாதம் பிடித்து சாதித்துக் கொண்ட ஆறு வயது அமலா; தெருவில் போகும் நாயைக் கல்லால் அடித்து அது வலியில் கத்துவதை ரசித்துக் கேட்ட ஐந்து வயது வருண்; இவர்களது செய்கைகள் தொடர்ந்து வந்த நாள்களில் கண்ணில் பட, மனத்தின் மூலையில் ஒரு பயமேற்பட்டது. இதுபோன்ற குரூரத் தனத்துக்கு யார் காரணம்?

பிரபல மனவியல் நிபுணர் ஃப்ராய்ட் கூறிய பல விஷயங்கள் அதிர்ச்சி தரக்கூடியவையாக இருந்தாலும் உண்மையாக இருப்பதுண்டு. 'நாச வேலைகளில் ஈடுபடுவது குழந்தைகளுக்கு உற்சாகம் அளிக்கக்கூடிய விஷயம்தான். சில குழந்தைகள் சாதுவாக இருக்கிறார்கள் என்றால் அவர்களுக்கு அதற்கான போதிய உடல் வலு இல்லை என்று பொருள்' என்கிறார்.

அது இருக்கட்டும், அதிக ஆக்ரோஷம் கொண்ட குழந்தை களை எப்படித் திருத்துவது? ஆழ்நிலை தியானமோ, அரிய உபதேசங்களோ, மனத்தில் பதியும் அளவுக்குச் சற்று வயதான குழந்தைகளென்றால் பரவாயில்லை. அப்படி இல்லாமலோ, அல்லது அந்த வழிகள் பிடிக்காத குழந்தை களாகவோ இருந்தால் என்ன செய்வது?

மிகச் சிறந்த, நிச்சயம் பலனளிக்கக்கூடிய ஒரு வழி புலப் படுகிறது. அது விளையாட்டு. குழந்தையின் ஆக்ரோஷத்தை விளையாட்டில் திருப்புங்கள். நீச்சல், கிரிக்கெட், கால்பந்து, த்ரோபால், ஸ்கிப்பிங் - இப்படி ஏதாவது ஒரு விளையாட்டில் உங்கள் சுற்றுப்புறச் சூழ்நிலைக்குத் தகுந்தபடி அவனை(ளை) ஈடுபடுத்துங்கள். விளையாட்டில் 'கில்லர் இன்ஸ்டிங்ட்' (அதாவது எப்படியும் வெற்றி பெற வேண்டும் என்ற வெறி) என்பதும் தேவையான ஒன்றுதான். இப்படி ஆக்கபூர்வமான வழியில் சிறுவர் சிறுமியரின் வன்முறை உணர்ச்சி திசை திருப்பப்பட்டால் அவர்களது பலவீனத்தையே பலமாக மாற்றிக் காட்டலாம்.

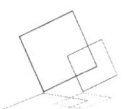

9. ஒன்பது பேரில் நடுநாயகமாக...

'ஹாய் மம்மி. வரேன் ஆன்ட்டி, ஸீ யூ' என்றபடி வித்யா வீட்டைவிட்டு வெளியேறு கிறாள்.

தன் பதினைந்து வயது மகளின் வளர்ச்சியைப் பார்த்து மகிழ்ந்தவாறே தலையை ஆட்டு கிறாள் கீதாமணி. அவளைப் பார்க்க வந்திருந்த அவளது சிநேகிதிக்குத் திடீரென்று ஒரு சந்தேகம்.

'ஏன் கீதா, உன் மக எங்கே போறா?'

'எனக்குத் தெரியாது. தோளுக்கு மேலே வளர்ந்துட்டா. அவளுக்கு உலக அறிவு நிறைய உண்டு. அதனாலே அவ எங்கே போறா, வரான்னு நான் கேட்டுக்கறதில்லை. தோழிங்க வீட்டுக்குப் போயிட்டு இரவு பத்தரைக்குக்கூட வருவா.'

சிநேகிதியின் முகத்தில் ஒருவிதக் கலவரம் பரவுவதைக் கண்டு கீதாமணி சிரிக்கிறாள். 'அனாவசியமா எதையாவது நினைச்சுக் குழப் பிக்காதே. என் பெண் நெருப்பு. நல்லது - கெட்டது தெரிஞ்சவ. சின்ன வயசிலேயிருந்து

நான் அவளைக் கண்டிச்சதில்லே. காலம் மாறிக்கிட்டு வருது பாரு.'

சிநேகிதி ஒன்றும் பதில் சொல்லவில்லை. ஆனால் அரை மணி நேரம் கழித்து மாரடைப்பு வந்து கீதாமணி துடிக்க, வீட்டிலும் வேறு யாரும் இல்லாமல் போக, வந்த சிநேகிதி திணறிப் போகிறாள். பிறகு ஒருவழியாக பக்கத்து வீட்டுக் காரர்கள் உதவியோடு அவளை ஒரு மருத்துவமனையில் சேர்க்கிறாள்.

வித்யாவை எங்கே தேடுவதென்றே தெரியவில்லை. அக்கம் பக்கத்தினருக்குத் தெரிந்த அவளது தோழிகளின் வீட்டில் அவளைக் காணோம். அருகிலிருந்த நூல் நிலையத்திலும் அவள் இல்லை.

இதயம் இழுத்துப் பிடிக்கும் அந்த நிலையில் கீதா மணிக்குத் தன் தவறு புரிகிறது.

முன்புபோலப் பெண்கள் வீட்டுக்குள் அடைந்து கிடக்க வேண்டியதில்லை. ஆனால் அதற்காகப் பெற்றோரின் பாசக் கட்டுப்பாட்டிலிருந்து முழுவதும் அறுபட வேண்டியது தானா? தன் பெண்ணை கீதாமணி நம்பியது பெருமையான செயல்தான். ஆனால் குறைந்தபட்சம் 'நீ லைப்ரரியோ, தோழிகள் வீட்டுக்கோ எங்கு வேண்டுமானாலும் போ. ஆனால் எங்கே போனாலும் போகுமிடத்தையும், எவ்வளவு மணிக்கு வீட்டுக்குத் திரும்பி வருவாய் என்பதையும் சொல்லிவிட்டுப் போக வேண்டும்' என்கிற அளவுக்கு அவள் கண்டிப்பு காட்டியிருக்க வேண்டாமா?

நிதானமாக இரவு ஒன்பதரை மணிக்கு வித்யா வருகிறாள். நகரின் மற்றொரு பகுதியிலிருந்த ஒரு தோழியின் வீட்டுக்குப் போயிருந்தாளாம். அவள் ஒன்றும் பெரும் தவறு செய்து விடவில்லைதான். ஆனால் சலுகை என்ற பெயரில் ஏற்பட்ட தகவல் தொடர்பின்மை (கம்யூனிகேஷன் கேப்) காரணமாக ஒருவேளை அவள் தன் அம்மாவின் இறுதி நேரத்தில் அவளது அருகில் இல்லாமல் போயிருக்கக்கூடிய நிலை ஏற்பட்டு இருக்கலாம்.

பிரச்னை வேறு கோணத்தில்கூட ஏற்பட்டிருக்கலாம். திரும்பி வருகையில் எங்காவது மயங்கிக்கூட வித்யா

விழுந்திருக்கலாம். அல்லது புதுப்புது பூகம்பங்கள் சகஜமாக ஏற்படும் இக்காலத்தில் அவளை யாராவது கடத்திக் கொண்டு கூட போயிருக்கலாம். பத்தரை மணியாகியும் மகள் வீட்டுக்கு வரவில்லையென்றால், அவள் போன இடம் தெரிந்தால் தானே மேற்கொண்டு கீதாமணியோ, அல்லது காவல் துறையினரோ தங்களது தேடல் படலத்தைத் தொடங்க சௌகரியமாக இருக்கும்?

பாசத்தைப் பொழிவதாக எண்ணிக்கொண்டு, நவீனமாக ஆகிவிட்டதாக நினைத்துக்கொண்டு, சரியான தகவல் தொடர்புகூட இல்லாமல் குழந்தைகளை வளர்ப்பது முறையல்ல. இதுபோன்ற விஷயங்களில் கண்டிப்பு நிச்சயம் தேவை.

'தலையெல்லாம் சுத்துதும்மா. நான் இன்னிக்கு ஸ்கூலுக்குப் போகலே' என்று ஐந்து வயது கார்த்திக் சண்டித்தனம் செய்தால், உடனே 'ஐயையோ உடம்பு சரியில்லையா, ரெண்டு நாள் ரெஸ்ட் எடுத்துக்கோ' என்று பதற வேண்டாம். வழக்கமாக கார்த்திக் பள்ளிக்குப் போக விரும்புபவனா இல்லையா, அன்றைய வீட்டுப் பாடத்தை அவன் செய்து விட்டானா இல்லையா, முன் நாள் அவனது ஆசிரியை அவனைக் கண்டித்ததாகச் சொன்னானா - இப்படிப் பல விஷயங்களை மனத்தில் கொண்டு வந்து அசை போட்டால் அவனது தலைசுற்றல் உண்மையானதா இல்லையா என்பதை ஒரு தாய் உணர்ந்துகொள்ள முடியும்.

இப்படியெல்லாம் லாஜிக்காக யோசிக்காமல் பாசப் பெருக்குக்கு மட்டுமே இடம் கொடுத்தால் அவனுக்குத் தினமும் காலை எட்டரை மணிக்குத் தலைசுற்றல் தொடங்கி விடும்!

வீட்டில் பொருளாதாரத் தட்டுப்பாடு என்ற நிலையில் தனக்கு உடனே சைக்கிள், கைக்கடிகாரம் போன்றவற்றை வாங்கித் தர வேண்டுமென்று உங்கள் மகள் அடம்பிடிக்கிறாளா? 'உனக்கில்லாததா?' என்று கடன் வாங்கியாவது அவற்றைக் கொடுக்க வேண்டுமா?

வீட்டின் பொருளாதாரத் தட்டுப்பாட்டை சுருக்கமாகவாவது அவளும் உணரும்படிச் செய்யுங்கள். வாங்கித் தராததற்கு

விளக்கம் சொல்லலாம், அப்படி வாங்கித் தந்தாலும், எத்தனை கஷ்டத்தின் நடுவில் அது வாங்கப்பட்டிருக்கிறது என்பதை அவள் அறியவேண்டும். அப்போதுதான் அவளுக்குப் பெற்றோரின், மற்றும் வாங்கிய பொருளின் அருமை தெரியும். வருங்காலத்தில் வீட்டின் பொருளாதார நிலையைக் கவனித்த பிறகு மட்டுமே எந்த ஆடம்பரப் பொருளையும் கேட்கலாம் என்ற முடிவுக்கு வருவாள்.

அதேசமயம் கண்டிப்பைப் பளிச்சென்றும் சுருக்கமாகவும் காட்டுவது அதிகப் பலன் தரும். பெற்றோர் பாசமும் காட்டுவார்கள்; அதேசமயம் வழி மாறிப் போனால் கண்டிக்கவும் தயங்க மாட்டார்கள் என்ற எண்ணம் மனத்தில் பதியுமானால் குடும்பம் உருப்படும்.

சூரியன், ஒளியையும் அளிக்கிறது; வெப்பத்தையும் தருகிறது. அதனால்தான் நவக்கிரகங்களில் நடுநாயகமான இடத்தை சூரியன் பெற்றிருக்கிறானோ என்னவோ?

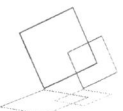

10. பத்து என்பதற்குள்...

நீங்கள் குத்துச் சண்டைப் போட்டிகளைப் பார்த்திருப்பீர்கள். ஒருவர் கீழே விழுந்து விட்டால் நடுவர் ஒன்று... இரண்டு... என்று பத்து வரை எண்ணுவார். அதற்குள் கீழே விழுந்தவர் எழுந்திருக்க வேண்டும். இல்லா விட்டால் அவர் நாக்-அவுட் ஆனதாகக் கருதப்பட்டு, மற்றவர் வென்றதாக அறிவிக்கப் படுவார்.

வாழ்க்கையில் நாக் அவுட் ஆகாமல் இருக்க வேண்டுமெனில் துன்பம் நேரும்போது அதையே நினைத்துத் தளராமல், சிறிது நேரத் துக்குள் சுதாரித்துக்கொண்டு எழுந்து நிற்க வேண்டும். 'எட்டாவது முறையாக விழுந்து விட்டோமே என்று எண்ணக் கூடாது. ஏழுமுறை எழுந்து நின்றோமே' என்பதை நினைவில் கொள்ள வேண்டும்.

மேலே கூறியவற்றை உங்கள் குழந்தைகள் உணர வேண்டும். அதற்கு நீங்கள் உதவி செய்ய வேண்டும்.

'என்னடா ராஜு செய்றது? வண்டலூர் ஜூ போகலாம்னுதான் இருந்தோம். திடீர்னு

மழை கொட்டுது. இப்ப என்ன செய்யலாம் - அடுத்த வாரம் போனால் போகுது. நல்லவேளை ஜூ போனவுடனே மழை கொட்டினால் இன்னும் அவஸ்தை இல்லையா? வா. வீட்டுக்குள்ளேயே கேரம் விளையாடலாம்.'

தொடக்கத்தில் வேண்டாவெறுப்பாக கேரம் விளையாட உட்காரும் ராஜு, சிறிது நேரத்திலேயே பழைய உற்சாகம் அடைவான்.

மிக நன்றாகப் படிக்கும் பெண் அமலா. அவளுக்கும் அவளது தோழி ராணிக்கும் படிப்பில் கடும் போட்டி. அன்று அரையாண்டுத் தேர்வு முடிவுகள் வெளியாகி இருந்தன. வீட்டுக்கு வந்தபோது அமலாவின் முகத்தில் சுரத்தே இல்லை.

பதறிப் போன பத்மலோசனி பெண்ணைப் பார்த்து 'ஏன் டல்லாயிருக்கே? உடம்பு சரியில்லையா?' என்று கேட்க, 'அதெல்லாம் இல்லை. இந்தத் தடவை ராணிதான் முதல் ராங்க். எனக்கு இரண்டாவது இடம்தான்' என்றபடி அழ ஆரம்பித்துவிட்டாள்.

பெண்ணை எப்படித் தேற்றுவது என்று பரிதவித்த பத்மலோசனி சிறிது நேரத்தில் அவளை சமாதானப்படுத்தத் தொடங்கினாள்.

'உனக்கும் எனக்கும்தான் எப்பவுமே அதிர்ஷ்டம் கிடை யாதே. அந்த ராணி அதிர்ஷ்டக்காரி. உயிரை விட்டுக்கிட்டு நீ படிப்பே. அந்த ராணி ஏதோ சில பாடங்களை மட்டும் படிப்பா. அதிலேயிருந்து மட்டும் தேர்விலே கேள்விகள் வரும். போதாததுக்கு அந்த ராணியோட அப்பாவுக்கு உங்க ஸ்கூல் தலைமையாசிரியரை வேற தெரியும். அவளுக்கு அதிக மார்க் கொடுக்காம இருப்பாங்களா? உங்கப்பாவுக்கு எந்தச் சாமர்த்தியமும் போதாது. சரி விட்டுத் தள்ளு, போய் முகத்தை அலம்பிக்கிட்டு வா.'

எத்தனை முட்டாள்தனம் செய்துவிட்டாள் இந்தப் பெண் மணி! 'இரண்டாவது ராங்க் கூடப் பெருமை படத்தக்கதுதான்' என்று பெண்ணுக்கு ஆறுதல் கூறி 'அடுத்த தடவை நீதான் முதல் ராங்க்' என்று உற்சாகப்படுத்தியிருக்கலாம். 'நல்ல மதிப்பெண்களே ராங்க்கைவிட முக்கியம்' என்று தெளிய

வைத்திருக்கலாம். 'ராணியும் உன் தோழிதானே. அவ முதல் ராங்க் வாங்கியதற்கு அவளுக்குக் கை குலுக்கினாயோ?' என்று பரந்த மனப்பான்மையை வளர்த்திருக்கலாம். இப்படி எதையாவது செய்வதற்குப் பதிலாக எவ்வளவு துவேஷ விதைகளை அவள் தன் பெண்ணின் மனத்தில் விதைத்து விட்டாள்!

'தேர்வு என்பது திறமையைப் பொறுத்தது அல்ல. ராங்க்கு களை நிர்ணயிப்பதில் அதிர்ஷ்டத்தின் பங்கு அதிகம். அதிகம் படித்தால் அதிக மதிப்பெண் என்பது கட்டாயமில்லை.

பள்ளிக்கூடத்தில் சிபாரிசுக்கு அதிக மதிப்பு உண்டு. பள்ளி ஒன்றும் புனிதமானது அல்ல. தனது அப்பாவுக்குச் சாமர்த் தியம் போதாது.'

இவ்வளவும் மனத்தில் பதிய, அமலாவின் கண்ணோட்டம் மாறுபடத் தொடங்குகிறது.

அடுத்த நாள் அப்பாவைப் பார்க்கும்போது, அமலாவின் முகத்தில் ஓர் எரிச்சல். 'இவர் தண்டம். ராணியின் அப்பா ஸ்கூலுக்கு அடிக்கடி வருகிறார். அதனால்தான் அவளால் முதல் ராங்க் வாங்க முடிகிறது.'

புத்தகங்களை எடுத்துப் படிக்க ஆரம்பிக்கும்போது, பாடங்கள் மனத்தில் பதிய மாட்டேன் என்கிறது. 'என்ன படிச்சு என்ன? அதிர்ஷ்டம் இருந்தால்தானே ராங்க் வாங்க முடியும்?'

அதுவரை தன் பள்ளி ஆசிரியர்களைப் பற்றி பெருமையும், மரியாதையுமாக நினைத்துக்கொண்டிருந்த அவளுக்கு அதற்குப் பிறகு அவர்களைப் பார்க்கும் போதெல்லாம் 'தன்னிடம் ஓரவஞ்சனையாக நடந்துகொண்டவர்கள் இவர்கள்' என்ற எண்ணம்தான் உண்டாகிறது.

அமலாவின் மனம் இவ்வளவு வக்கிரமடைந்தது தெரியாமல் தான் தன் பெண்ணை 'வகையாக சமாதானம்' செய்து விட்டதாக எண்ணி மகிழ்ச்சிப்பட்டுக் கொண்டிருக்கிறாள் அவள் தாய்.

அடுத்த முறை முதல் ராங்க் வாங்கியபோதுகூட, 'அம்மா, இந்தத் தடவை அந்த ராணி எட்டாவது ராங்க்தான். நான் தான் முதல் ராங்க்' என்று கூறுகிறாள்.

செய்திகளை அவள் வரிசைப்படுத்திய விதமே அமலா தனது முதல் ராங்க்கைவிட ராணி எட்டாவது ராங்குக்குப் போனதில் அதிக சந்தோஷப்படுகிறாள் என்பதைத் தெரிவிக்கிறது.

'அப்படியா அவ எட்டாவது ராங்க்தானா?'

'ஆமாம்மா. இந்தத் தடவை சகிக்க முடியாம எழுதி இருப்பா. எவ்வளவுதான் ஓசி மார்க் போட்டாலும் அதைவிட அதிகமார்க் கொடுக்க முடியாமப் போயிருக்கும் இந்த டீச்சருக்கு.'

அமலாவின் வார்த்தைகள் ஓரளவு அதிர்ச்சி தந்தாலும், அவளது சந்தோஷத்தைக் குலைக்கக் கூடாது என்று எண்ணி மீண்டும் தவறு செய்கிறாள் பத்மலோசனி.

'நல்லா வேணும். சரி போய் சாக்லெட் கொடு எல்லாருக்கும். நல்லா முகத்திலே கரி பூசற மாதிரி. அந்த ராணிக்கும் ஒண்ணு கொடு. உள்ளே அப்பா இருக்கார். போய் விஷயத்தைச் சொல்லு.'

'நான் ஏன் அவர்கிட்டே சொல்லணும்? அவர் என்ன ராணியோட அப்பா மாதிரி பெரிய மனுஷங்கக்கிட்டே தொடர்பு வச்சிருக்காரா என்ன? என் முதல் ராங்க்குக்கும் அவருக்கும் என்ன சம்பந்தம்?'

மகளின் மனப்போக்கில் விபரீதம் நிகழ்ந்துள்ளது என்பது புரிந்ததும் பதறிப் போகிறாள் பத்மலோசனி. இனி மகளை மாற்றுவது கடினமான காரியம் என்பதும், அவளது தவறான கண்ணோட்டத்துக்குத் தானே காரணமாகிப் போனதும் பிடிபட சிலையாகிறாள்.

உண்மையில் அமலா தனது தோல்வியால் எழவில்லை. அதலபாதாளத்தில் விழுந்திருக்கிறாள். சிறிது நேரத்தில் எழுந்திருக்க வேண்டும்தான். ஆனால் எழுந்திருக்கும்போது வெற்றி பெறுவோம் என்ற வகையில் தோல்வியை வெற்றி பெறும் வகையாகப் பெற்றோர் சொல்லிக்கொடுக்க வேண்டும். தோல்விக்குக் காரணம் யார் என்ற வகையில் இல்லாமல் எது என்ற வகையில் பெற்றோர் எடுத்துக் கூற வேண்டும் - பாஸிடிவான மனிதாபிமானக் கண்ணோட்டத்துடன்.

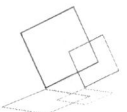

11. பதினோரு பேரும் ஒரு முனைப்பாக...

தொலைக்காட்சியைப் பற்றி ஆயிரம் குறை கள் சொன்னாலும் நம்மில் பெரும்பாலானவர் களால் தொலைக்காட்சி இல்லாத ஒரு தினசரி வாழ்க்கையை நினைத்துப் பார்க்கக்கூட முடியாது என்பதுதான் உண்மை. பெரியவர் களுக்கே அப்படியானால் சிறுவர் சிறுமிகளை தொலைக்காட்சியின் பிடியிலிருந்து தப்பு விப்பது கடினமான காரியம்.

தவிர, விஞ்ஞானம், விளையாட்டு போன்ற ஆரோக்கியமான நிகழ்ச்சிகளைப் பார்ப்பதால் குழந்தைகளின் ஞானம் விரிவடைகிறது என்பதில் ஐயமில்லை. உலகத்தரம் வாய்ந்த கார்ட்டூன் படங்களைத் தொலைக்காட்சி வெளியிட்டு குழந்தைகளுக்குக் குதூகல மூட்டும் சாதனமாக விளங்குகிறது என்பதும் உண்மைதான்.

ஆனால் தொலைக்காட்சி, குழந்தைகளை எந்த அளவு பாதித்திருக்கிறது என்பதை உணரும் போது, மனத்தில் அதிர்ச்சி ஏற்படுகிறது. அமெரிக்காவில், 'உனக்கு அம்மா அப்பா வேண்டுமா? டெலிவிஷன் வேண்டுமா?'

என்று கேட்டு கருத்துக் கணிப்பு நடத்தியபோது எழுபது சதவீதக் குழந்தைகள் டெலிவிஷன்தான் வேண்டும் என்று பதிலளித்தனராம்.

தொலைக்காட்சி நிகழ்ச்சிகளைப் பார்த்துக்கொண்டே இருப்பது குழந்தைகளின் க்ரியேட்டிவிடியைக் குறைத்து விடுகிறது என்றும், ஓடிக் கொண்டிருக்கும் விஷுவல்களைப் பார்ப்பதால், அவர்களுக்குப் படிப்பதில் உள்ள ஆர்வம் குறைந்துவிடுகிறது என்றும் கூறுகின்றன சில சமூக வல்லுனர்கள் நடத்திய ஆய்வின் முடிவுகள். கலிபோர்னியா வில் ஐந்து லட்சம் மாணவர்களை ஆராய்ந்த ஒரு நிறுவனம் கண்டறிந்தது - 'அதிக நேரம் தொலைக்காட்சியைப் பார்ப்பது குழந்தைகளின் கல்வித் திறனைக் குறைத்து விடுகிறது' என்ற உண்மையை.

இந்தக் கண்டுபிடிப்புகள் நம் குழந்தைகளுக்கும் பொருந்தும் என்பதை எந்த ஆய்வுமில்லாமலேயேகூட நம்மால் புரிந்துகொள்ள முடிகிறது. எனவே, தொடர்ச்சியாக தினமும் எல்லாத் தொலைக்காட்சி நிகழ்ச்சிகளையும் பார்க்கக் குழந்தைகளை அனுமதிக்கக் கூடாது.

ஒரு நாளைக்கு இவ்வளவு நேரம்தான் குழந்தைகள் தொலைக்காட்சி நிகழ்ச்சிகளைப் பார்க்கலாம் என்று ஒரு கண்டிப்பை வளர்த்துக் கொள்ள வேண்டும். இதை நாம் சாமர்த்தியமாகப் பயன்படுத்திக் கொள்ளலாம் (இதோ பாரு சீக்கிரமா ஹோம் - ஒர்க்கை முடிச்சிட்டா நிம்மதியா நிகழ்ச்சியைப் பார்க்கலாம்').

தொலைக்காட்சியைப் பொறுத்தவரை பெரியவர்களும் ஒரு விஷயத்தைக் கவனத்தில் கொள்ள வேண்டும். என்னதான் அறைக்குப் போய்ப் படி என்று சொன்னாலும் கூடத்தில் உள்ள தொலைக்காட்சி ஒலி, அறைக்குள் கேட்குமளவுக்குத் தான் நம்மில் பலரது வீடு அல்லது ஃப்ளாட்களின் அளவு இருக்கிறது. எனவே, வீட்டுப் பிள்ளைகளின் கல்வியை கவனத்தில் கொண்டு எல்லோருமே தங்கள் தொலைக்காட்சி நேரத்தைக் கொஞ்சமாவது தியாகம் செய்ய முன்வர வேண்டும்.

'நியூஸ், எனக்கு அவசியம்' என்று அப்பாவும், 'நடன அரங்கம், வொர்ல்ட் திஸ் வீக் நான் பார்த்தாகணும்' என்று

அம்மாவும், 'பக்தி நிகழ்ச்சிகள், இசை அரங்கம், நாடகங்கள் பார்க்காத நாளென்ன நாளோ?' என்று வீட்டுப் பெரியவர் களும், 'சினிமா நிகழ்ச்சிகள் எங்கள் சாய்ஸ்' என்று இளைஞர் களும் விரும்பி, எல்லோருமே எல்லாவற்றையுமே பார்க்கத் தொடங்கினால் எப்படி?

கிரிக்கெட் பந்தயத்தின்போது பேட்ஸ்மேனை அவுட்டாக்க வேண்டுமென்றால் எதிரணியைச் சேர்ந்த பதினோரு பேரும் அதற்கு முனைப்போடு செயல்பட வேண்டும். பந்து வீச்சாளர் அற்புதமாகப் பந்து வீசினால் போதாது. கேட்சை சரியான முறையில் விக்கெட் கீப்பரோ ஃபீல்டரோ பிடிக்க வேண்டும். இவர்களில் ஒருவர் சரியில்லையென்றால்கூட பலனில்லாமல் போக வாய்ப்பு உண்டு. எனவே, வகை தொகையில்லாமல் நிகழ்ச்சிகளைப் பார்ப்பதைப் பெரியவர் களும் குறைத்துக்கொண்டு 'தேர்ந்தெடுத்த நிகழ்ச்சிகளை மட்டுமே பார்ப்பது' என்ற முறையை குழந்தைகள் பின்பற்ற இவர்கள் முன்னுதாரணங்களாக இருந்து காட்ட வேண்டும்.

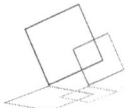

12. வாய்ப்புகளை விடாதீர்கள்

'அப்பா என்னை எங்க ஸ்கூல்ல குரூப் டான்ஸிலே சேத்துக்கிட்டிருக்காங்க' என்று உற்சாகமாக சேதி சொல்கிறாள் அகிலா.

ஆனால் அந்த உற்சாகம் அவளது பெற்றோரைத் தொற்றிக்கொள்ளக் காணோம்.

'ஆமாம் நீ படிக்கிற படிப்புக்கு டான்ஸ் ஒண்ணுதான் குறைச்சல்' என்று அப்பா சொல்ல, 'எல்லாம் பணம் பிடுங்கும் வித்தையாயிருக்கும். ஏண்டி, இதுக்குப் பணம் கேட்டிருக்காங்களா?' என்கிறாள் அம்மா.

'ஆமாம். முந்நூறு ரூபாய் கொடுக்கணுமாம். டான்ஸ் ட்ரெஸ்ஸுக்கு' என்று சொல்லும் போதே அகிலாவின் குரல் இறங்கித்தான் ஒலிக்கிறது.

'அக்கிரமம். பணம் பிடுங்கிகள். பாதிக்குப் பாதியாவது சுருட்டிப்பாங்க' - இது அப்பா.

'ஸோலோ டான்ஸ்னாக்கூட பரவாயில்லே. க்ரூப் டான்ஸுக்கு எதுக்குப் பணம் அழணும்?' - இது அம்மா.

வீட்டில் அவசரமாக ஒரு குற்றவாளிக் கூண்டை உண்டாக்கி அதில் அகிலாவை ஏற்றி விசாரணைகள் தொடர்கின்றன.

'நீ கட்டாயம் சேர்ந்துக்கணும்னு உங்க டீச்சர் சொன்னாங்களா? அல்லது யார் யாருக்கு டான்ஸிலே சேர இஷ்டம்னு கேட்டப்போ நீ பாட்டுக்குக் கையைத் தூக்கினியா?'

'நாளைக்கே நாங்க வந்து இந்த டான்ஸெல்லாம் வேணாம்னு சொல்லிடட்டுமா?'

கொஞ்சம் பொறுங்கள் பெற்றோரே. பல பள்ளிகள் திடீர்ச் செலவுகளை அநியாயமாகப் பெற்றோர் தலையில் கட்டுவது உண்மையாகவே இருக்கட்டும். அதுவும் அதிக லாப நோக்கோடு அவை செயல்படுவதும் மறுக்க முடியாத நிஜம்தான். ஆனால் இதை உங்கள் குழந்தையின் கோணத்தில் எண்ணிப் பாருங்கள்.

இது அவளுக்குக் கிடைத்தற்கரிய வாய்ப்பு. கூட்டத்தோடு கூட்டமாக நின்றுகொண்டு ஆடும்போது அவளை யாரும் தனிப்பட்ட முறையில் பாராட்டப் போவதில்லைதான். ஆனால் அந்தப் புது உடையை அவள் அணிந்துகொண்டு ஆடும்போது, அவள் அடையப் போகும் பெருமைக்கு ஈடுசொல்ல எதுவுமில்லை.

அந்தப் பெருமையின் பலன் பிற்காலத்தில் தெரியும். பல ஆண்டுகள் கழித்துத் தன் பெண்ணிடம், 'நான் அந்தக் காலத்திலே ஸ்கூலிலே டான்ஸ் ஆடியிருக்கேன்' என்று கூறும்போது, அந்த மலரும் நினைவுகள் உள்ளத்தில் ஏற்படுத்தும் சந்தோஷ அலைகளின் சுகமே தனிதான்.

'இந்த லீவிலே நாங்க எல்லாம் பக்கத்திலே இருக்கிற கிராமத்தில் சாலை போடணும்னு எங்க சார் சொல்லியிருக்கார். விருப்பப்பட்டவங்க சேரலாமாம். நானும் கலந்துக்கலாம்னு இருக்கேன்' என்று உங்கள் மகன் சொன்னால், 'ஆமாம் வேகாத வெயிலிலே உனக்கு இதெல்லாம் தேவையா?' என்று கேட்டு அவனை இப்போதே வாட வைக்காதீர்கள். இந்த நிகழ்ச்சியின் நிழல் அவன் மனத்தில் பதிந்து பின்னாளில் அவன் சமூகத்துக்குப் பெரும் பயனளிக்கும் ஒரு குடிமகனாக மாறலாம்.

உங்கள் பெண் தன் சிநேகிதிகளோடு அருகிலுள்ள அருங் காட்சியகத்துக்கோ பக்கத்து ஊருக்கோ பிக்னிக் போக ஆசைப்பட்டால் தகுந்த துணையோடு போகிறாளா என்பதைப் பார்த்துக்கொண்டு அவளை அதில் கலந்து கொள்ள விடுங்கள். அனுமதி மறுக்காதீர்கள்.

வாழ்க்கையில் இதுபோன்று எப்போதோ நிகழும் சின்னச் சின்ன விஷயங்கள் நிறைய சுவாரசியமளிக்கும் - அப்போதும் சரி, அதை நினைத்து நினைவுகளை அசைபோடும் வருங்காலத்திலும் சரி.

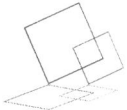

13. அழுதால் அம்மாவிடம்தான்

சின்னக்குழந்தை. அழகான குழந்தை (எந்த குழந்தைக்குத்தான் அழகு இல்லை?). எதற்கோ சிரிக்கிறமாதிரி இருக்கிறது. ஆளாளுக்கு எடுத்துக் கொஞ்சுகிறார்கள். 'ஹௌ ஸ்வீட்'!

'அப்படியே உன் ஜாடை' என்றால் அப்பாவுக்குத் தனிப்பெருமை. மேலும் அதிகமாகக் குழந்தையைக் கொஞ்சுகிறார்.

ஒவ்வொருவரும் 'ஏய், செல்லத்தை என் கிட்டே கொடு', 'நீதான் ரொம்ப நேரம் தூக்கிக்கிட்டு இருந்தியே, அடுத்தது நான்தான்' என்று போட்டி போடுகிறார்கள். ஏதோ ரயிலில் செல்ல முன்பதிவு செய்வதுபோல் குழந்தையை எந்த வரிசையில் தூக்கிக் கொஞ்சுவது என்பதில் பட்டிமன்றம் நடக்கிறது.

ஆனால்... இதெல்லாம் ஒரு குறிப்பிட்ட சம்பவம் நடக்கிற வரையில்தான். அதாவது குழந்தை அழும்வரை.

லேசான சிணுங்கல் என்றால் சமாதானப்படுத்த முயற்சிப்பார்கள். ஆனால் தொடர்ந்து ஓரிரு

நிமிடங்களுக்கு குழந்தை உரத்து அழுதால், குழந்தையை அம்மாவிடம் ஒப்படைத்துவிடுவார்கள்.

ஆக குழந்தையைச் சமாதானப்படுத்தும் வேலை மிகப் பெரும்பாலும் அம்மாவுக்குதான் வந்துசேரும்.

ஆனால் குழந்தையின் அழுகையை அடக்குவது என்பது சுலபமான விஷயம் அல்ல. பசி, அதனால் அழுகிறது என்றால் பாலூட்டி சமாதானப்படுத்தலாம். வேறு எதற்காக வாவது அழுதால் என்னதான் செய்வது?

வளர்ந்த, பேசக்கூடிய குழந்தை என்றால் அழுகைக்கான காரணத்தைக் கேட்டு அறிந்து கொண்டு அதற்கு தகுந்த மாதிரி நடவடிக்கை எடுக்கலாம். ஆனால் பேச்சு வராத சின்னக் குழந்தை அழும்போது எப்படித்தான் காரணத்தை விளங்கிக் கொள்வது?

அம்மாவின் முன்னால் உள்ள மிகப்பெரும் சவால் இது.

குழந்தை பிறந்த முதல் சில வாரங்களுக்கு அது அழும் போதெல்லாம் பால் கொடுக்கலாம். தப்பில்லை. இதனால் இதுவே பின்னாளில் வேண்டாத ஒரு பழக்கமாக ஆகி விடுமோ என்றெல்லாம் கவலைப்படத் தேவையில்லை.

சிலசமயம் 'கொஞ்ச நேரத்துக்கு முன்னால்தானே பால் கொடுத்தோம். நம்முடைய கணக்குப்படி அடுத்ததாக பால்கொடுக்க வேண்டிய நேரம் நெருங்கிவிடவில்லையே. பின்னே எதற்கு இப்போதே இவன் அழுகிறான்?'.என்று ஓரேயடியாக ஆராய்ச்சியில் இறங்க வேண்டாம்.

காலக் கணக்குப்படித்தான் குழந்தைக்குப் பசிக்க வேண்டும் என்பதில்லை (பெரியவர்களுக்கு மட்டும் கடிகாரப்படியா பசிக்கிறது?). எனவே, தனக்கு எவ்வளவு நேரத்துக்கு ஒருமுறை பால் தேவை என்று தீர்மானிக்கும் உரிமையை குழந்தையிடமே விட்டுவிடலாமே.

ஆனால், சில்சமயம் பசி அல்லாத காரணங்களுக்காகவும் குழந்தை அழக்கூடும். பால் குடிக்கும்போது கொஞ்சம் காற்றும் அதன் வயிற்றுக்குள் சென்றுவிட்டால் குழந்தை அசௌகரியமாக உணரும். இதை எப்படித்தான்

குழந்தையால் வெளிப்படுத்த முடியும்? தன்னிடம் இருக்கும் ஒரே கவன ஈர்ப்பு ஆயுதமான அழுகையைப் பயன்படுத்து கிறது அது.

பால் கொடுத்த பிறகு தோளில் சாய்த்து குழந்தையின் முதுகைத் தடவிக்கொடுத்தாலே உள்ளே மாட்டிக்கொண்டு இருக்கும் வாயு ஏப்பமாக வெளியேறிவிடும். குழந்தையும் அழுகையை நிறுத்திவிடும்.

தன் குழந்தை பசியால் அழுகிறதா அல்லது வலியால் அழுகிறதா என்பதை அம்மாவால் கண்டுபிடிக்க முடியும். இதற்காக அவள் எந்த ஆராய்ச்சிப் புத்தகத்தையும் படிக்க வேண்டியதில்லை. தன் குழந்தையின் நடவடிக்கைகளை கூர்ந்து கவனிப்பதன் மூலமாகவே இந்த வித்தியாசத்தை அம்மாவால் உணர்ந்து கொள்ள முடியும்.

ஒன் அல்லது டூ போய்விட்டு ஈரமாக உணரும் காரணத்தால் கூட குழந்தை அழக்கூடும். வெளியேற்றங்களை நீக்கி சுத்தப்படுத்திவிட்டாலே கூட அழுகை நின்றுவிடும்.

சில குழந்தைகள் பகலில் அதிகமாக அழும். வேறு சில குழந்தைகளோ 'இதுதான் என் அழுகை வேளை' என்று இரவு வேளையைத் தேர்ந்தெடுக்கும்.

சில பெரியவர்கள், 'பகலில் பிறக்கும் குழந்தைகள் இரவில் அழுது தீர்க்கும். இரவில் பிறந்த குழந்தை பகலில் அழும்' என்பதுண்டு. அறிவியல் பூர்வமாக இதற்கு எந்த ஆதாரமும் இல்லை (நல்ல வேளை! இல்லையென்றால் நாள் நட்சத்திரம் பார்த்து சிசேரியன் அறுவைச் சிகிச்சையைச் செய்யச் சொல்லும் மக்கள், கூடுதலாக 'ராத்திரியிலே ஆபரேஷன் செய்து குழந்தையை வெளியே எடுங்க டாக்டர். அப்போதுதான் இரவில் அழுது தொந்தரவு செய்யாமல் இருக்கும்' என்பார்கள்).

ஒரு குழந்தை எந்தவிதத்தில், எந்த நேரங்களில் அழுகிறது என்பது அதன் 'மூடைப் பொறுத்தது. அதாவது, புதிய சூழலுக்கு எந்த அளவுக்கு அது தன்னை தயார் செய்து கொண்டிருக்கிறது, சுற்றி இருப்பவர்களின் (முக்கியமாக அம்மாவின்) கவனம் எந்த அளவுக்கு அதற்குத் தேவைப் படுகிறது என்பதைப் பொறுத்தது இது.

அது மதியமோ, மாலையோ, சில குழந்தைகள் தினமும் ஒரு குறிப்பிட்ட நேரத்தில் அழுது தீர்க்கும் - ஏதோ வேண்டுதலை நிறைவேற்றுவதுபோல். இப்படிப்பட்ட குழந்தையை டாக்டர்கள் 'காலிக் பேபி' (colic baby) என்பார்கள்.

இப்படிப்பட்ட குழந்தைகள் ஒரு நாளைக்கு மூன்று மணி நேரமாவது அழும். ஏதோ வயிற்று வலியாலோ வாயுத் தொல்லையாலோ கஷ்டப்படுவதுபோல், அந்த அழுகை இருக்கும்.

பொதுவாக, குழந்தைக்கு இரண்டிலிருந்து நான்கு வாரங்கள் நிறையும்போது இப்படி நேரலாம். முதல் மூன்று மாதங்களுக்கு இந்தக் குறிப்பிட்ட நேரத்தில் அழும் போக்கு தொடர்ந்து, அதற்குப் பிறகு அது நின்றுவிடும். எனவே, கவலைப்பட வேண்டாம் (அந்த மூன்றுமாதங்கள் சமாளிப்பதே பெரும் கஷ்டமாச்சே எனும் அம்மாவின் ஏக்கக்குரல் கேட்கிறது. அம்மா என்றால் சும்மாவா?).

சில 'காலிக் பேபி'கள் பால் குடித்த சிறிது நேரத்தில் இப்படி அழத்தொடங்கும். அதிகமான பாலை உட்கொண்டிருந்தாலும் அழுகை. தனக்குத் தேவையான அளவு பாலை அருந்தும் முன்பே அம்மா பால் கொடுப்பதை நிறுத்தி விட்டாலும் அழுகை.

காலிக் பேபிக்களை சமாளிப்பது அந்த நேரத்துக்கு சவாலாகத்தான் இருக்கும். என்றாலும் இப்படித் தொடர்ந்து அழுவதால் குழந்தையின் உடல்நலம் பெரிதும் பாதிக்கப் படுமோ என்று நினைத்து பயப்பட வேண்டாம். இதனால் குழந்தையின் எடை குறையவும் வாய்ப்பு இல்லை.

தாய்ப்பால் குடிக்கும் குழந்தை, வேறு வழியில்லாமல் பாட்டில் பால் அருந்தும் குழந்தை ஆகிய இருதரப்பிலும் காலிக் பேபிக்கள் இருக்கலாம்.

குறிப்பிட்ட கால இடைவெளிகளில், டாக்டர் குழந்தையைப் பரிசோதித்துவிட்டு அதன் உடல்நலத்திலும், வளர்ச்சியிலும் கவலைப்பட எதுவும் இல்லை என்று சொன்னால் குழந்தை யின் அழுகை ஒரு தொற்றுவியாதிபோல் செயல்பட்டு உங்களை அழ வைக்க வேண்டிய அவசியமில்லை.

ஆனால் குழந்தை அழும்போது நீங்கள் செய்யவே கூடாத சில காரியங்கள் உள்ளன.

அம்மா அடிக்கடி காபி குடிப்பதுகூட குழந்தை அழுவதற்குக் காரணமாக இருக்கலாம் என்றால் நம்பத் தோன்றுகிறதா? அம்மா நிறைய சாக்லெட் சாப்பிட்டாலும் குழந்தை அடிக்கடி அழலாம் என்பது தெரியுமா?

இங்கே குழந்தை என்று குறிப்பிடுவதெல்லாம் தாய்ப்பால் அருந்தும் குழந்தைகளைத்தான். அதாவது காபி, சாக்லெட் போன்றவற்றிலிருந்து தாயின் பாலில் கலக்கப்படும் ஏதோ ஒருவித சத்து குழந்தையின் ஜீரணத்துக்கு எதிராக இருக்க வாய்ப்பு உண்டு. அதனால் குழந்தை தொடர்ந்து அழக்கூடும். மேற்படி உணவுகளை உட்கொள்வதை அம்மா தவிர்த்தால் கூட குழந்தையின் அழுகை நின்றுவிடலாம்.

சிலசமயம் அப்பா அல்லது அம்மா தன் வயிற்றின்மீது குழந்தையைக் குப்புறப் படுக்கவைத்துக்கொண்டு தட்டினால் அது அழுகையை நிறுத்திவிடலாம். இந்தச் சூழல் அதற்கு ஆறுதலாக இருக்கிறது என்று பொருள். சிலசமயம் மெல்லிய கம்பளி ஒன்றை குழந்தையின் உடலைச் சுற்றிப் போர்த்திவிட்டால் கூட அது அமைதியடையும்.

குழந்தை ஓவென்று அழும்போது சுற்றிலும் இரைச்சலாக இருக்கிறதா? அந்த இடத்திலிருந்து குழந்தையோடு நகர்ந்து விட்டாலே அதன் அழுகை அடங்கிவிடும் (திரையரங்கின் உள்ளே குழந்தை ஓவென்று அழுவதும், எல்லோரும் தங்களை எரிச்சலுடன் பார்க்க, அம்மா வேகவேகமாக குழந்தையோடு வெளியேறுவதும், அரங்கைவிட்டு வெளி யேறியதும் குழந்தையின் அழுகை ஸ்விட்ச் போட்டதுபோல் நின்றுவிடுவதும் நாம் அறிந்தவைதானே!).

சிலசமயம் இதமான இசையைப் பரவ விடுவதன் மூலமே குழந்தையின் அழுகையை அடக்க முடியும்.

மின்சார பில் ஏறுவதைப் பற்றி கவலை இல்லையென்றால் விடாமல் அழும் குழந்தைக்கு, சற்றுத்தள்ளி வாக்குவம் க்ளீனரை ஆன் செய்துவிடலாம். அப்போது அதிலிருந்து எழும் ஓசை சில குழந்தைகளின் அழுகையை நிறுத்திவிடும் (அந்தச் சமயத்தில் குழந்தையின் கூடவே இருந்து அதைப்

பத்திரமாகப் பார்த்துக்கொள்ள வேண்டியது உங்கள் பொறுப்பு).

சில நவீன அம்மாக்கள் இப்படியும் யோசிக்கத் தொடங்கி விடுகிறார்கள். 'சின்ன வயசிலே குழந்தையைத் தூக்கித் தூக்கிப் பழக்கினால் அப்புறம் அது பிடிவாதமாக இருக்கும். எப்போதும் தூக்கி வைத்துக்கொள்ள வேண்டும் என்று சொல்லும்'. இப்படி எண்ணி முடிந்தவரை குழந்தையைத் தூக்கி வைத்துக்கொள்வதைத் தவிர்ப்பார்கள்.

இது தவறான எண்ண ஓட்டம். குழந்தைக்கு நன்கு விவரம் தெரிந்த பிறகு அம்மா இப்படியெல்லாம் யோசிக்கலாம். முதல் ஆறுமாதம் வரை குழந்தையை அடிக்கடி தூக்கி வைத்துக்கொள்வது அம்மாவுக்கும் குழந்தைக்கும் இடையே பாசப் பிணைப்பை உண்டாக்கும்.

மிரியம் ஸ்டோஃபர்டு என்பவர் குழந்தை வளர்ப்பு குறித்து நிறைய நூல்கள் எழுதிப் பிரபலமானவர். இங்கிலாந்தைச் சேர்ந்தவர். 'பிரசவத்தின்போது கணவரும் கூட இருக்க வேண்டும்' என்பதற்கு அவர் ஒரு கூடுதல் காரணத்தை தெரியப்படுத்துகிறார்.

குழந்தை பிறந்த அரைமணி நேரத்துக்குள் அப்பா குழந்தையைத் தூக்கி வைத்துக்கொள்ள வேண்டுமாம். அதுவும் தன் சட்டையைக் கழற்றிவிட்டு தூக்கி வைத்துக் கொள்ள வேண்டும். அப்போதுதான் தந்தையின் சருமத்தின் வாசனையை குழந்தையால் அனுபவிக்க முடியும். அப்பாவிடமும் ஒரு பிணைப்பு ஏற்படுவதற்கு இது நன்கு உதவும் என்கிறார் மிரியம்.

அதாவது அரவணைப்பு என்பது குழந்தைக்கு மிகவும் தேவை என்பதை வலியுறுத்துவதற்காக இதைக் குறிப்பிட்டேன்.

இதை விட்டுவிட்டு தனக்கு ஏதோ வேண்டும் என நினைத்து அதைச் சாதித்துக்கொள்வதற்காகக் குழந்தை அழுகிறது என்று நினைத்துக் கொள்ளக்கூடாது. அதுவும் மூன்று மாதத்தை விடக் குறைவான வயது கொண்ட குழந்தை தனக்கு ஏதோ வேண்டும் என்பதற்காக அழுமே தவிர, பெற்றோரைத் தன் கட்டுப்பாட்டில் வைத்திருக்க வேண்டும் என்று திட்டமிட்டு எல்லாம் அழுதுவிடாது.

இந்தச் சமயத்தில் எனக்குத் தெரிந்த ஓர் இளம் அம்மாவின் கவலை நினைவுக்கு வருகிறது. அந்தக் குழந்தை பிறந்து பத்து மாதம் ஆகிறது. 'மூன்று மாதத்தில், என் மகளின் கண்களிலிருந்து தண்ணீர் வடிந்து கொண்டே இருக்கிறது. டாக்டரைக் கேட்டால் கவலைப்பட எதுவும் இல்லை என்கிறார். இருந்தாலும் மனம் அடித்துக்கொள்கிறது' என்றார் அவர்.

நம் கண்ணுக்கும் மூக்குக்கும் நடுவே 'மீஸோ லாக்ரீமல் டக்ட்' என்ற மெல்லிய குழாய் உண்டு. இந்தத் துவாரம் அடைபட்டால் கண்ணில் அவ்வப்போது நீர் கோத்துக் கொள்ளும். மஸாஜ் செய்தால் அந்த அடைப்பு நீங்கிவிடும். பொதுவாக ஒரு வயதாகும்போது இது சரியாகிவிடும்.

ஆனால், சளி இந்தத் துவாரத்தை அடைத்துக்கொள்ளும் போது, அவ்வப்போது மஸாஜ் செய்ய வேண்டி இருக்கும். இது பெரிய பிரச்னையானால் மட்டுமே நுண்ணிய ஊசி மூலம் அந்தப்பகுதியில் ஒரு துவாரம் போட்டு சிக்கலை சரி செய்யலாம்.

குழந்தையின் அழுகைக்கும் நம் அழுகைக்கும் வித்தியாசம் உண்டு. உறங்குவதைப்போல அழுவதும் குழந்தைக்கு இயல்பான ஒரு விஷயம். ஓர் ஆங்கிலக் கவிதை, 'பறவைகள் பறப்பது போலத்தான் குழந்தைகள் அழுவதும். படைப்பின் இயல்புகள் இவை' என்கிறது.

ஆனால் அதற்காகக் குழந்தை அழும்போது அதற்கு நெருங்கியவர்கள் - முக்கியமாக அம்மா - கையைக் கட்டிக் கொண்டு வேடிக்கை பார்க்க முடியாது. தவிர, குழந்தையின் அழுகைக்குப் பலவித அர்த்தங்கள் உண்டு. அதைப் புரிந்து கொள்ளவில்லை என்றால், 'எதுக்கு அழறேன்னு சொல்லாம லேயே அழுதா நான் என்ன பண்ணுவேன்?' என்று ஒரு மாதக் குழந்தையிடம் புலம்பிவிட்டு அம்மாவும் அழவேண்டியது தான்.

பால் கொடுத்து இரண்டு மணி நேரம் ஆனபிறகு அழுகை என்றால் அது பசிக்கான அடையாளம் என்று புரிந்து கொள்ளலாம். இரண்டு மணிநேரம் விழித்துக்கொண்டு இருக்கும்போது அழுதால், அதைத் தூக்கம் வருவதற்கான அழுகை என்று கொள்ளலாம்.

நான்கு மாதங்கள் ஆன குழந்தை அழும்போது அது வேண்டு மென்றே - அதாவது ஏதோ குறிப்பிட்ட காரணத்துக்காக - அழுகிறது என்று அர்த்தம். அதாவது இந்த அழுகை என்பது ஒருவிதத் தகவல் பரிமாற்றம். அம்மாக்கள் புரிந்து கொள்ள வேண்டும்.

முதலில் ஒரு வார்த்தை. காரணம் என்ன எனக் கண்டுபிடித்து அதைச் சரி செய்துவிட்டால் குழந்தையின் அழுகை நின்றுவிடும். ஆனால் இது தொண்ணூறு சதவீதம்தான். மீதி பத்து சதவீதம் அந்த நேரத்தில் என்ன செயதாலும் குழந்தை சமாதானம் ஆகாது. அழுது தீர்த்துவிட்டு அதுவாகத்தான் ஓயும்.

பசி அழுகை

'அம்மா என்னைக் காப்பாற்று' என்பதுபோல், ஒரு பரிதாபமான பாவத்துடன் குரலின் வால்யூமை உச்சத்தில் வைத்துக் கொண்டு அழுதால், குழந்தை பசிக்காக அழுகிறது என்று பொருள். இதை உறுதி செய்துகொள்ள குழந்தைக்குப் பால் கொடுக்க வேண்டும். மார்பகம் அல்லது பாட்டில் இரண்டில் எது பழக்கமோ அதை.

சில சமயம் அப்படி வைத்திருந்தாலும் குழந்தை பாலைக் குடிக்காமல் அடம்பிடிக்கும் . இதற்கு ஒரு காரணம் உண்டு. அப்போது அந்தப் பாலின் வாசனையை அது நுகர்ந்து கொண்டு இருக்கலாம்.

'எவ்வளவு நேரம்தான் இப்படி வைத்திருக்கமுடியும்?' என்று அம்மா துயரப்பட்டால் குழந்தையின் அப்பாவோ, பாட்டியோ அப்போது சிறிதுநேரம் குழந்தையின் அதே நிலையில் சுமந்து கொண்டிருக்க வேண்டியதுதான்.

களைப்பு அழுகை

குழந்தை விட்டுவிட்டு அழுகிறது . அதே சமயம் சுலபத்தில் சமாதானம் செய்துவிட முடியாது என்றால். அது களைப்பி னால் ஏற்பட வாய்ப்பு உண்டு. களைப்பினால் அழுகிறது என்றால் குழந்தையிடம் வேறு சில அறிகுறிகளையும் பார்க்கலாம். குழந்தையின் கண்கள் மூடியிருக்கும் . ஆனால் அதே சமயம் அமைதியின்றி 'ரெஸ்ட்லெஸாக' இருக்கும்.

அல்லது அதன் கண்கள் திறந்திருந்தாலும் அவை கொஞ்சம் சிவப்பாகக் காட்சியளிக்கலாம். சிலசமயம் கண்களுக்குக் கீழே பை போன்ற வீக்கம் இருக்கும். கைகளால் கண்களை குழந்தை தேய்த்துவிட்டுக் கொள்ளலாம்.

இந்த வகை அழுகையை ஒரு விதத்தில் தவிர்க்க முடியும். தொடந்து இரண்டு மணிநேரம் அது தூங்காமல் இருக்கும்படி பார்த்துக் கொள்ளவேண்டும். போதிய தூக்கம் இல்லை என்றால், குழந்தை ஓவென்று அழுவதும் அமைதியின்றி இருப்பதும் இயல்புதான்.

'போர்' அழுகை

போரடித்தால்கூட குழந்தை அழும் என்பது தெரியுமா? ஆனால் இந்த மாதிரி அழுகை தொடர்ந்து இருக்காது. சொல்லப்போனால் அழுகைக்கு நடுவே அவ்வப்போது சிரித்துக் கொள்ளும். இதுபோன்ற அழுகையைக் கொஞ்ச நேரத்துக்கு (ஒரு நிமிடமாவது) கவனிக்காமல் விட்டுவிடு வதுதான் நல்லது என்கிறார்கள் ஆராய்ச்சியாளர்கள். அதிகச் செல்லம் கொடுப்பதால் மிகவும் சின்னக் குழந்தை ஒன்றும் கெட்டுப் போகாது என்பது உண்மைதான். ஆனால் குழந்தை எழுப்பும் ஒவ்வொரு ஒலிக்கும் அம்மா துடிப்புடன் எதையாவது செய்துவிட வேண்டுமென்பதில்லை.

அம்மா கொஞ்சம் தாமதம் செய்யும்போது, வேறுவிதத்தில் தன் கவனத்தைத் திருப்பிக் கொள்ளும். இப்படி இதுபோன்ற அழுகைக்குச் சற்றுத் தாமதமாக அம்மா நடவடிக்கை எடுத்தால் அது அம்மாவின் குரூரத்தையோ அலட்சி யத்தையோ காட்டுவதாக ஆகாது. குழந்தைக்குத் தன்னையே ஆறுதல்படுத்திக் கொள்ளும் வித்தையைச் சொல்லிக் கொடுக்கிறாள் அம்மா, அவ்வளவுதான்.

கோப அழுகை

சில சமயம் கோபத்திலும் குழந்தை அழும். இதுபோன்ற அழுகைக்கு நடுவே 'உ..ஊ..' என்பதுபோல், ஒலி எழுப்பும். அந்தச் சமயத்தில் தன் கைகளை அது தட்டிக் கொள்ளலாம். அல்லது முகத்தைப் பிராண்டிக் கொள்வதுபோல் செய்து கொள்ளும்.

வலி அழுகை

ஏதாவது வலியின் காரணமாகக் குழந்தை அழுதால் அந்த ஒலி காட்டிக் கொடுக்கும். சுருக்கென்று குத்தினால் வாயிலிருந்து வெளியேறக் கூடிய சத்தம்போல் அது இருக்கும். தன் முதுகைக் குழந்தை லேசாக அப்போது வளைத்துக் கொள்ளலாம். வாயுத் தொல்லையினால் வலி என்றால் குழந்தை தன் இரு கால் முட்டிகளையும் மார்புப்புறமாகக் கொண்டு வரக்கூடும்.

இத்தனையையும் மீறி குழந்தைக்கு ஏதோ சீரியஸான விஷயம். அதனால்தான் அழுகை என்று உங்கள் உள்ளுணர்வு கூறினால் அதை மதித்துச் செயல்படுங்கள். டாக்டரை அணுகுங்கள். இந்த விதத்தில் அம்மாவால் குழந்தையின் உணர்வுகளை நன்றாகவே புரிந்து கொள்ள முடியும்.

டாக்டர் கார்ப் என்ற மேலைநாட்டு குழந்தை நல மருத்துவர் குழந்தையின் அழுகையை நிறுத்த ஐந்து வித 'S'களை சிபாரிசு செய்கிறார். அவை

1. SWADDLE - அதாவது குழந்தையின் இரு கைகளையும் அதன் மார்பின்மீது வைத்து, அதன் கழுத்துக்குக் கீழே உள்ள முழுப் பகுதியையும் மிருதுவான துண்டினால் இறுக்கமாகச் சுற்றலாம். இறுக்குவதைப் பற்றிக் கவலைப்பட வேண்டாம். அது குழந்தைக்குப் பாதுகாப்பான உணர்வையே கொடுக்கும்.

2. SIDE - குழந்தை பெரும்பாலும் மல்லாக்கப் படுப்பதில் மகிழ்ச்சிப்படுவதில்லை. அதை தலைகுப்புறவோ, (மிகவும் சிறிய குழந்தை என்றால்) பக்கவாட்டிலோ படுக்க வைத்தால் அழுகை நின்றுவிடக் கூடும்.

3. SHH - குழந்தையின் காதில் 'ஷ்ஷ்ஷ்' என்று அம்மா ஒலி கொடுக்க வேண்டும். அப்போது குழந்தைக்கு அம்மா வின் வயிற்றில் இருப்பது போன்ற பாதுகாப்பு உணர்வு ஏற்படும்.

4. SWINGING - கைகளில் குழந்தையைத் தூக்கிக் கொண்டு இப்படியும் அப்படியுமாக ஆட்ட வேண்டும். எந்த வேகத்தில், எந்தத் திசையில் ஆட்டும்போது குழந்தை யின் அழுகை நிற்கிறது அல்லது குறைகிறது என்று பார்த்து, அதைப் பின்பற்ற வேண்டும்.

5. SUCKING - தாயின் மார்பகம் அல்லது பாட்டில் ரப்பர் ஆகியவற்றை வாயில் வைத்தால் குழந்தையின் அழுகை நிற்க வாய்ப்பு உண்டு என்பது நாம் அறிந்தது தானே?

மேலும் சில ஆலோசனைகள்.

சில சமயம் வீட்டுக்குள்ளேயேகூட குழந்தைக்குக் குளிரலாம். உடலை முழுக்கப் போர்த்திய பிறகும் கூடக் குழந்தையின் அழுகை தொடரலாம். அப்போது குழந்தையின் தலையில் குல்லாயை அணிவியுங்கள்.

'சுச்சு போயிட்டியா? அதுதான் அழுகையா?' என்று பல அம்மாக்கள் கூறுவதுண்டு. பொதுவாக ஒன் அல்லது டூ போனால் குழந்தை அழுவதில்லை. (டயபரினால் ஒவ்வாமை ஏற்பட்டால் அது வேறு விஷயம்).

கொஞ்சம் வளர்ந்த குழந்தை என்றால் லேசான கிச்சுக் கிச்சு, அதன் கவனத்தைத் திருப்புதல் போன்ற உத்திகளின் மூலம் குழந்தையின் அழுகையை நிறுத்த முடியும்.

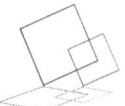

14. குழந்தையின் பார்வையில்...

குழந்தையை அம்மா பார்த்துப் பார்த்து வளர்க்கிறாள். 'என் கண்ணே' என்று கொஞ்சு கிறாள். ஆனால் குழந்தையின் பார்வையில் அம்மா எப்படித் தெரிகிறாள் என்பது குறித்த விவரங்களை இப்போது தெரிந்துகொள்ள லாமா?

முதல் கட்டம்

பிறந்து ஒரு மாதம் ஆகும்வரை என்ற கால கட்டத்தில் அம்மாவின் பார்வைக் கூர்மையில் நாற்பதில் ஒரு பங்குதான் குழந்தைக்கு இருக்கும். ஏனென்றால் அதன் கண்களுக்கும் மூளைக்கும் இடையே உள்ள இணைப்பு பகுதி இன்னமும் முழுமையாக வளர்ச்சி பெற வில்லை.

எட்டிலிருந்து பதினைந்து இன்ச் தூரத்தில் உள்ள காட்சிகள்தான் குழந்தையின் விழிகளில் பதிகின்றன. அதாவது சற்று அருகில் வந்து நிற்கும் அம்மாவைப்போல். எனவே, எங்கோ தள்ளி அறையின் மூலையில் நின்றுகொண்டு அம்மா விதவிதமான சைகைகளைக் காட்டி விட்டு, குழந்தை அதை ரசிக்கவில்லையே

என்று கவலைப்படுவது அசட்டுத்தனம். இந்தக்கால கட்டத்தில் காட்சிகள் தெளிவாக இருக்காது.

வண்ணங்களையும் குழந்தையால் இனம் பிரிக்கமுடியாது. இதன் காரணமாகவே அழுத்தமான வண்ணம் கொண்ட பொருள்களைவிட கறுப்பு வெள்ளைப் பொருள்களை உணர்வது குழந்தைக்கு மேலும் எளிதாக இருக்கிறது. ஒரு மாதம் நிறைவடையும்போது, இரு கண்களையும் நிலை நிறுத்தி, கண்ணுக்குக்கெதிரே நகரும் பொருள்களை தன் கண்களை நகர்த்திப் பார்க்கத் தொடங்குகிறது. அதன் விழித் திரையில் உள்ள செல்கள் வேலை செய்யத் தொடங்குவதால், ஒளியை அதனால் அறிந்துகொள்ள முடிகிறது.

இரண்டாவது கட்டம்

குழந்தைக்கு இரண்டிலிருந்து மூன்று மாதங்கள் நிறையும் போது, விழித்திரை மேலும் வளர்ச்சி பெறுகிறது. தன்னைச் சுற்றியுள்ள காட்சியில் உள்ள சின்னச்சின்ன விவரங்கள் பார்வையில் பதிகின்றன. சிவப்பு, நீலம், பச்சை போன்ற நிறங்களுக்கு இடையே உள்ள வேறுபாடு புரிகிறது. என்றாலும் மூன்று மாதங்கள் முடிவடையும் வரை அம்மாவின் பார்வைத்திறனில் இருபதில் ஒரு பங்குதான் குழந்தைக்கு.

மூன்றாவது கட்டம்

நான்கிலிருந்து ஏழு மாதங்களில் குழந்தையின் பார்வை முன்னேற்றமடைகிறது. அம்மாவின் மூக்குத்தி, காதில் உள்ள தோடு, ஆகியவற்றைத் தொட முயற்சிக்கிறது குழந்தை. தரையில் இருக்கும் சின்னச்சின்னப் பொருள்களை இனம் காண முடிகிறது. எந்தப்பொருள் அருகே இருக்கிறது, எந்தப் பொருள் தொலைவில் இருக்கிறது என்பதுகுறித்த தெளிவு கிடைத்துவிடுகிறது. இந்த நிலையில் அம்மாவின் பார்வைத்திறனில் எட்டில் ஒரு பங்கு திறமை குழந்தையின் பார்வைக்குக் கிடைக்கிறது.

நான்காவது கட்டம்

எட்டு மாதங்களிலிருந்து ஒரு வயதாகும்போது, குழந்தையின் பார்வைத்திறன் கிட்டத்தட்ட முழுமையாகவே வளர்ச்சி அடைந்துவிடுகிறது. அறையில் உள்ள எல்லாப் பொருள் களையுமே குழந்தையால் இப்போது காணமுடிகிறது.

ஒரு மருத்துவரின் பார்வையில் குழந்தையின் பார்வை

ஒரு டாக்டரின் பார்வையில் ஒரு குழந்தையின் கண் பரிசோதனையை இப்போது பார்க்கலாம்.

குழந்தையின் பெற்றோர் மற்றும் தாத்தா, பாட்டியின் பார்வைக் குறைபாடு குறித்து டாக்டர் விவரங்கள் கேட்டுக்கொள்வார். இதெல்லாம் எதற்காக என்று திகைக்க வேண்டாம். சிலவகைப் பார்வைக் குறைபாடுகள் மரபணுக்களினால் ஏற்பட வாய்ப்பு அதிகம். அதற்காகத்தான் இந்த விவரங்கள்.

தன்னிடமுள்ள மெல்லிய டார்ச் லைட் மூலமாகக் குழந்தையின் கண்களைப் பரிசோதிப்பார். குழந்தையின் கருவிழிகள் இரண்டும் ஒரே அளவு கொண்டவையாக இருக்கின்றனவா என்பதையும் இமைகள் சட்சட்டென்று கீழிறங்கிவிடாமல் செயல்படுகிறதா என்பதையும் உறுதி செய்துகொள்வார். கண்ணிலிருந்து ஏதாவது வித்தியாசமான திரவமோ, சீழ் போன்ற பொருளோ வெளிப்படுகிறதா என்பதையும் கவனிப்பார். தொற்றுநோய் காணப்படுகிறதா? கண்ணீர்க் குழாய்கள் அடைபடாமல் உள்ளனவா? இவற்றை யெல்லாம் டாக்டர் பரிசோதித்து உறுதி செய்துகொள்வார்.

பொம்மை போன்ற ஏதாவது ஒரு பொருளை குழந்தையின் எதிரே காட்டி ஒருபுறத்திலிருந்து மறுபுறத்துக்கு அதை எடுத்துச் செல்லுவார். குழந்தையின் பார்வை பொம்மை போகும் திசையில் பின்தொடர்கிறதா என்பதையும் கவனிப்பார். குழந்தையின் ஒவ்வொரு கண்ணும் ஒரு பொருளை பார்க்கை யில் எப்படி இயங்குகிறது என்பதையும் டாக்டர் கவனிப் பார். இரு கண்களும் சமமாக இயங்கவில்லை என்றால் பார்வையில் ஏதோ சிக்கல் என்பதை உணர்ந்து, மேற் கொண்டு பரிசோதனைகளைச் செய்வார்.

ஒளிக்கதிர்கள் பாயும்போது, எப்படி குழந்தையின் கண்கள் அவற்றை எதிர்கொள்கின்றன என்பது குறித்த சோதனை களையும் செய்வார். குழந்தையின் பார்வையில் ஏதாவது கோளாறு என்றால் அதுகுறித்த எச்சரிக்கை மணியை டாக்டர் உணர்ந்துகொண்டு அம்மாவிடம் அதுகுறித்துச் சொல்வார். சீக்கிரமே சிகிச்சையை ஆரம்பிக்க முடிந்தால் குண மாக்குவதும் எளிதுதானே.

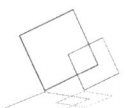

15. அள்ளித்தரும் ஆலோசனைகள்

குழந்தை பிறந்த கொஞ்ச நேரத்திலேயே அது தொடங்கிவிடும். மருத்துவமனையிலிருந்து வீடு திரும்பியவுடன் அது அதிகரிக்கும். நாளாக ஆக குழந்தையைப் பார்க்க வீட்டுக்கு வரும் உறவினர்களும் நண்பர்களும் அதிகரிக்க அதிகரிக்க அது அதிகமாகி அந்தச்சுமையில் இளம்தாய் தள்ளாடத் தொடங்குவாள்.

'அது' என்று இங்கே குறிப்பிடுவது ஆலோசனையை. ஆளாளுக்கு குழந்தையை எப்படி வளர்க்க வேண்டுமென்று அறிவுரைகளை அள்ளித்தருவார்கள். சிலருக்கு உண்மையாகவே மருத்துவ அறிவும் அனுபவ அறிவும் இருக்கும். சிலருக்குத் தாங்கள் அரைகுறையாக எதிலோ படித்த அல்லது எங்கோ கேட்ட விவரத்தைக் கூறிவிட வேண்டும் என்ற ஆசை. இன்னும் சிலருக்கோ போகிறபோக்கில் எதையாவது சொல்லிவிட்டு 'எனக்கும் கொஞ்சம் தெரியும்' என்று காட்டிக்கொள்ளும் ஆர்வம்.

இது ஒருவிதத்தில் அம்மாவுக்குச் சோதனைக் காலம்தான். குழந்தை வளர்ப்பு என்பதே ஒரு

பெரும் பொறுப்பு. அப்படியிருக்க, எப்போதும் யாராவது உறவினரோ நண்பரோ குழந்தை பார்க்கவென்று வீட்டுக்கு வருவதும், தாய்க்கு எதுவுமே தெரியாததுபோல் ஏதாவது அறிவுரை கூறுவதும் அம்மாவுக்குச் சங்கடமான தருணங்கள் தான்.

பாசம் காரணமாக இந்த அறிவுரைகள் அளிக்கப்படலாம். ஆனால் தெரிந்த விவரத்தையே ஆளாளுக்குக் கூறும்போது ஒருவித சலிப்பு ஏற்படும். அதைவிட மோசம், நேரெதிரான ஆலோசனைகளை ஆளாளுக்கு அளிக்கும்போது ஏற்படக் கூடிய குழப்பம்.

இதுபோன்ற சங்கடமான சூழலை அம்மா எப்படி சமாளிக்கலாம் என்பதைப்பார்ப்போம்.

முதலில் உங்கள் உணர்வுகளைப் புரிந்துகொண்ட ஒரு நெருங்கிய உறவினரின் உதவியை நாடுவது நல்லது. அது உங்கள் மாமியாராகவும் இருக்கலாம். நாத்தனாராகவும் இருக்கலாம்.

'நீங்க பரவாயில்லை. வந்தோமா, அன்பாக நாலு வார்த்தை பேசினோமா என்று இருக்கீங்க. நம்ம முரளிக்குக் குழந்தை பிறந்தபோது வீட்டுக்கு வந்த உறவுக்காரங்க எல்லாம் எதையெதையோ சொல்லிக் குழப்பி ஒரு ஆட்டம் போட்டுட்டு போனாங்க தெரியுமா?' என்று அவர் கூறினால், வந்தவர்கள் தானாகத் தங்களை அடக்கிக்கொண்டு நல்ல பெயர் எடுக்க முயற்சிப்பார்கள்.

'நான் இந்தப் பாப்பாவை வாராவாரம் வந்து பார்ப்பேன்' என்று வந்திருப்பவரின் பத்துவயது மகன் கூறலாம். கைகளை சுத்தம் செய்துகொள்ளாமல் குழந்தையைத் தொடுவது, அதன் கன்னத்தை அழுத்துவது போன்ற பகீர் செயல்களை அடிக்கடி செய்யும் வாண்டுவாகவும் அவன் இருக்கலாம். அதட்டிச் சொன்னால் அவன் பெற்றோரின் பகைமையைச் சம்பாதித்துக்கொள்ள வேண்டியிருக்கும். இந்த நிலையில் வாராவாரம் வேறு வந்துவிட்டால் என்னாவது?

இப்படிச் சமாளிக்க முயற்சிக்கலாம். 'அடிக்கடி வந்தா பாப்பாவின் வளர்ச்சி தெரியாது. இன்னும் ஒருமாசம் கழித்து

வந்தேன்னா குழந்தை உன்னைப் பார்த்து சிரிக்கும் தெரியுமா?' என்பதுபோல் கூறலாம்.

அலுவலகத்துக்குக் கிளம்பும் குழந்தையின் தந்தை, 'இதோ பாரு கமலா, ரொம்ப உடம்பை ஸ்ட்ரெயின் பண்ணிக்காதே. டாக்டர் உன்னைப் பகலிலும் தூங்கி ஓய்வெடுத்துக்கச் சொல்லியிருக்கார். ஞாபகத்திலே வச்சிக்க' என்று உரக்கக் கூறியபடி வெளியேறலாம். வந்திருக்கும் உறவினர்கள் புரிந்துகொண்டு கொஞ்சம் சீக்கிரமாகவே நகருவார்கள்.

வந்தவர்கள் சங்கடமான கேள்விகளைக் கேட்கும்போது, அந்தத் தூண்டிலிலே அம்மா மாட்டிக்கொள்ளக் கூடாது. 'ராத்திரியிலே ரொம்ப அழறானா?' என்று கேட்டால் 'இல்லை' என்று சொல்லிவிடுங்கள். 'ரொம்ப அதிகமாக மோஷன் போகிறாளா?' என்று கேட்டாலும் இல்லை என்பதே உங்கள் பதிலாக இருக்கட்டும். ஏனென்றால் 'ஆமாம்' என்று பதிலளித்தால் ஆளாளுக்கு ஓர் ஆலோசனையைக் கூறத் தொடங்கிவிடுவார்கள்.

குழந்தை நல மருத்துவரிடமும், அனுபவம் வாய்ந்த நெருங்கிய ஒருவரிடமும் மட்டுமே ஆலோசனைகளை கேட்டுச் செயல்படுவது நல்லது. இல்லையென்றால் அது விபரீதத்தில் முடியலாம்.

பலரது ஆலோசனைகளைக் கேட்கும்போது, அம்மாவுக்கு 'அடடா, இதில் இவ்வளவு விஷயம் இருக்கா? குழந்தை வளர்ப்பு என்பது பாறாங்கல்போல் நம்மை அழுத்தி விடும்போல் இருக்கே' என்று தோன்றும். அதற்கு இடம் கொடுக்க வேண்டாம்.

இன்னொரு சங்கடமும் ஏற்படுவதுண்டு. குழந்தைக்கு சிலமாதங்கள் ஆனவுடன் எங்காவது வெளியில் செல்லும் போதோ வீட்டுவிசேஷங்களின் போதோ குழந்தையையும் அழைத்துக் கொண்டு போக நேரிடும்.

அப்போது நமக்கு முன்பின் தெரியாத புதியவர்கள்கூட நம் குழந்தையைப் பார்த்து சிரிக்கலாம். குழந்தையிடமிருந்து ஒரு புன்னகையை வரவழைக்க முயற்சிக்கலாம். 'அந்தக் குழந்தை எவ்வளவு அழகாய் இருக்கு பாரு' என்று சுட்டிக்காட்டி அவர்களுக்குள் பேசிக்கொள்ளலாம்.

இதிலெல்லாம் தவறுகள் இல்லை. ஆனால் சிலர் அத்து மீறுவதுண்டு.

தூங்கிக்கொண்டிருக்கும் குழந்தையின் கன்னத்தைக் கிள்ளி மகிழ்வது இப்படிப்பட்ட ஓர் அத்து மீறல்தான். பெரும்பாலும் இவர்களை அம்மா கடுமையுடன் பார்த்தாலே போதும் அவர்கள் பின்னடைந்து விடுவார்கள். அதையும் மீறி தொடர்ந்தால் 'குழந்தைக்கு இப்போ உடம்பு சரியில்லே', 'ப்ளீஸ், அவ எதுக்காவது அழுதான்னா சுலபத்திலே நிறுத்திக்க மாட்டா' என்பதுபோல் எதையாவது சொல்லி அத்துமீறல்களைத் தடுக்கலாம்.

இவையெல்லாம் தொந்தரவுகளைச் சமாளிக்க அம்மாவுக்கு உதவக்கூடிய சில ஆலோசனைகள். அவ்வளவே. மற்றபடி வேறு யாருடைய அன்பும் குழந்தைக்குத் தேவையில்லை என்கிற மாதிரியான அணுகுமுறையை அம்மா கடைப் பிடிக்கக் கூடாது. அது அவளுக்கும் நல்லதல்ல. குழந்தைக் கும் நல்லதல்ல.

மாலதி ஓர் இளம் தாய். அவளது முக்கிய குறை இதுதான். 'என் குழந்தை எப்போதும் தன்னை தூக்கி வைத்துக்கொள்ள வேண்டும் என்று விரும்புகிறாள். கீழே இறக்கினால் போதும், அலறலும் ஆர்ப்பாட்டமும்தான்'.

மாலதி படும் இதே அவஸ்தையை பல இளம் தாய்மார்கள் பட்டுக்கொண்டுதான் இருக்கிறார்கள். அவர்கள் முதலில் சில அடிப்படை உண்மைகளை அறிந்து கொள்ள வேண்டும்.

பெரியவர்களைப்போலவே குழந்தைகளுக்கும் வெவ்வேறு மூட்கள் உண்டு. சிலகுழந்தைகள் மற்றவர்களுடன் சகஜமாக பழகும். வேறுசில, புதியவர்களுடன் பழக அதிக நேரம் எடுத்துக்கொள்ளும்.

புதிய சூழல் ஏற்பட்டாலோ அல்லது பழைய சூழலிலேயே மூடு இல்லாமல் போனாலோ குழந்தை அம்மாவிடம் ஒட்டிக்கொள்ளப் பார்க்கும். அதாவது தன் அசௌகரியமான உணர்வுகளை குழந்தை இப்படி வெளிப்படுத்துகிறது. அம்மா அதற்கு ஒரு நிம்மதியைக் கொடுப்பவளாக இருப்பதன் காரணமாக, அவள் தூக்கி வைத்துக்கொள்ள வேண்டும் என்று குழந்தை எதிர்பார்க்கிறது.

பாடி லாங்குவேஜ் எனப்படும் உடல் மொழியைக் குழந்தை களால் எளிதாகவே உணர முடிகிறது. அம்மாவின் கவனம் தன்னை விட்டு விலகுகிறது (அதற்கு உதாரணம், தூக்கிக் கொண்டிருக்கும் குழந்தையைக் கீழே இறக்கிவிடுவது) என்று தெரிந்தவுடன் அம்மாவிடம் தொங்கத் தொடங்குகிறது.

அதெல்லாம் சரி. ஆனால் இதற்காக எப்போது பார்த்தாலும் குழந்தையைத் தூக்கிக்கொண்டே இருக்க முடியுமா என்ற அம்மாவின் கேள்வியும் நியாயமானதுதான்.

குழந்தையைக் கீழே இறக்கும்போது வேகமாக இறக்க வேண்டாம். அப்படிச் செய்தால் இன்னும் அழுத்தமாக உங்களோடு ஒட்டிக்கொள்ளப் பார்க்கும். இதற்கு மாறாக கொஞ்ச நேரம் உங்களுடன் ஒட்டிக்கொண்டிருக்க விடுங்கள். அதற்குப் பிறகு கொஞ்சம் கொஞ்சமாக இடைவெளி அதிகரிக்கட்டும்.

குழந்தையின் அருகில் உட்கார்ந்து கொள்ளுங்கள். பேசுங்கள். விளையாடுங்கள். ஆனால் அப்போது அவனைத் தூக்கி வைத்துக்கொள்ள வேண்டாம். இதற்குப்பிறகு சற்றுத் தள்ளிப்போங்கள். ஆனால் அப்போதும் அதே அறையில் இருங்கள். அதாவது குழந்தையின் கண் பார்வையில். பிறகு ஒரு புன்னகையுடன் அங்கிருந்து நகருங்கள். நீங்கள் சீக்கிரமே திரும்பி வந்துவிடுவீர்கள் என்ற நம்பிக்கை குழந்தைக்கு ஏற்படுவதால் பெரும்பாலும் அழாது.

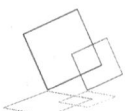

16. எப்போதும் எப்படி தூக்கி வைத்துக்கொள்ள?

மல்லிகாவுக்கு அழுகையே வந்துவிட்டது. பெங்களூருவில் இருக்கும் அக்கா வெகு நாட்களுக்குப் பிறகு தொலைபேசியில் அவளுடன் ஆசை ஆசையாகப் பேசினாள் - அல்ல, பேச முயற்சித்தாள் என்பதுதான் சரி.

மல்லிகாவால் அக்காவுடன் தொடர்ந்து பேச முடியவில்லை. காரணம் அவளது மூன்று வயது மகன் ஓவென்று கத்தத் தொடங்கியதுதான். அதென்னவோ தெரியவில்லை. ரிசீவரை மல்லிகா கையில் எடுத்துக்கொண்டால் போதும், ஏதாவது ஒரு ஆர்ப்பாட்டத்தைச் செய்து, 'சரி நாம அப்புறமா பேசலாம்' என்று அழாத குறையாக அவள் சொல்லி ரிசீவரை வைக்கும் வரை ஓயமாட்டான்.

மல்லிகா போன்ற தாய்மார்களுக்கு இதோ சில ஆலோசனைகள்.

நீங்களாக யாருக்காவது போன்கால் செய்தால், அதை உங்கள் குழந்தை தூங்கிக்கொண்டிருக் கும்போது செய்யலாம். அப்போது உங்களால் அமைதியாகப் பேசமுடியும்.

சற்றே வளர்ந்த குழந்தை என்றால் விவரமாக எடுத்துச் சொல்லி புரியவைக்க முடியும். ஆனால் இரண்டு அல்லது மூன்று வயது என்பது புரிய வைக்க முடியாத வயது. 'உன்னுடைய இந்தப் போக்கு எனக்குப் பிடிக்கவில்லை' என்பதை முகச்சுளிப்பின் மூலம் உணரவைக்கலாம். ஆனால் இதற்கு எப்போதுமே பலனிருக்கும் என்று கூறிவிட முடியாது.

எனக்குத் தெரிந்த ஒரு பெண்மணியின் தொலைபேசியில் ஸ்பீக்கர் வசதி உண்டு. யாருடனாவது பேசும்போது அதை ஆன் செய்துவிடுவாள். எதிர்முனையில் இருந்து பேசும் பேச்சைக் குழந்தையால் கேட்க முடிவதால் அதன் ஆர்ப்பாட்டங்கள் குறைந்து அமைதியாகிவிட வாய்ப்பு உண்டு. வீட்டில் வேறு யாரும் அப்போது இல்லை என்பதாலும் சின்னக்குழந்தைக்கு நாம் பேசும் விவரம் தெரியாது என்பதாலும் இதைக் கடைப்பிடிக்கலாம்.

அவனுக்குப் பிடித்த பாடலை மெதுவாக ஒலிக்க விடுவது, வீடியோ எதையாவது போடுவது போன்றவையும் முயற்சித்துப் பார்க்கக்கூடியவைதான்.

இதில் குழந்தையின் சைகாலஜி என்ன என்பதைப் பார்க்க வேண்டும். 'நம்மை விட ஏதோ ஒரு பிளாஸ்டிக் பொருளுக்கு - தொலைபேசிக்கு - அம்மா அதிக மதிப்பு கொடுத்து ரொம்ப நேரம் பேசிக்கொண்டிருக்கிறாளே' என்கிற பொறாமை உணர்ச்சி. அதன் காரணமாகத்தான் அம்மாவின் கவனத்தைத் தன்புறம் திசைதிருப்ப முயற்சிக்கிறது.

ஏதாவது நோட்டுப் புத்தகத்தையும் கலர்பென்சில்களையும் கொடுத்துவிட்டால், அவர்கள்பாட்டுக்கு வரைந்து கொண் டிருக்கவும் வாய்ப்பு உண்டு.

இத்தனையும் வெற்றிபெறவில்லை என்றால், அறுபத்தைந் தாவது கலையைக் கற்கவேண்டியதுதான். குழந்தை பாட்டுக்கு எதையோ பேசிக்கொண்டிருக்க, அதைச் சுமந்த படியே தொலைபேசியில் மறுமுனையில் இருப்பவரிடமும் குழந்தையிடமுமாக மாறிமாறிப் பேசும் கலை அது.

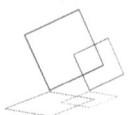

17. உடல்நலக்குறைவா? அதனாலென்ன?

குழந்தை என்றால் அதன் உடம்பு எப்போதுமே ஆரோக்கியமாக இருந்துவிடுமா? அவ்வப்போதோ, அரிதாகவோ உடம்பு சரியில்லாமல் போகும்தானே? ஜலதோஷம், காய்ச்சல், விளையாட்டு அம்மை போன்றவை குழந்தையைப் பாதிக்கக்கூடியவைதான்.

உடல்நலம் இல்லாமல் போவது என்பது குறித்த சரியான எண்ண ஓட்டத்தை அம்மா தன் குழந்தையிடம் (ஒருவயதுக் குழந்தையோ, பன்னிரண்டு வயதுக் குழந்தையோ) ஏற்படுத்த வேண்டும்.

முதலில் உடல்நலக் குறைவு என்பது சகஜமான ஒன்றுதான் என்பதைக் குழந்தை உணர வேண்டும். அதற்கு அம்மா உதவவேண்டும்.

தனக்கே உடல்நலம் சீர்கெடுவது ஒருபுறம் இருக்க, தன்னைச் சுற்றி இருக்கும் அன்பான உறவினர்களுக்கும் உடல்நலம் அவ்வப்போது குறைவதைக் குழந்தைப் பார்த்திருக்கும். எனவே, 'உனக்கு மட்டுமில்ல. எல்லோருக்குமே அப்பப்போ உடம்பு கொஞ்சம் படுத்தும்தான். இதில பெரிசா கவலைப்பட

எதுவும் இல்லை. தானா சரியாயிடும்' என்பது போன்ற ஆறுதல் வார்த்தைகளை அம்மா கூற வேண்டும். அப்போதுதான், 'தனக்கு இப்படி ஆகிவிட்டதே' என்ற கவலை குழந்தையிடம் இருந்து மறையும்.

மாறாக 'உனக்கு இப்படி ஆயிடுச்சே செல்லம். இன்னும் முழுசும் சரியாக எவ்வளவு நாள் ஆகுமோ தெரியலையே. நான் என்ன பண்ணுவேன் கண்ணா?' என்றபடி குழந்தையின் அருகே நின்றுகொண்டு பொலபொலவெனக் கண்ணீர் வடித்தால், குழந்தையின் உடல்நிலை சுலபத்தில் சரியாகாது. நான்கு நாட்களில் குணமாகும் என்பதுகூட ஆறேழு நாட்கள் ஆகிவிடும். காரணம் உடல்நலத்தைச் சரிசெய்வதில் மனத் துக்கும் பங்கு உண்டு.

குழந்தைக்குப் புரியவைப்பது ஒருபுறம் இருக்க, குழந்தை யின் உணர்வுகளையும் நாம் புரிந்து கொள்ள வேண்டும்.

'வெளியிலே போய் கண்டதையும் வாங்கித் தின்னிருப்பே. அதுதான் இப்படி உடம்புக்கு வந்திருக்கு' என்பது போலவோ, 'மண்ணிலே விளையாடாதேன்னு சொன்னா கேக்கறியா? இப்ப நல்லா அனுபவி' என்றோ ஒருபோதும் கூறவேண்டாம்.

உடல்நலம் இல்லாமல் இருக்கும்போது, குழந்தைக்கு வலி ஏற்படலாம். பயம் உண்டாகலாம். குழந்தையின் உணவுப் பழக்கமும், தூக்கமும் பாதிக்கப்படலாம். தனக்குப் பிடித்த விளையாட்டை அவனால் விளையாட முடியாமல் போவதே அவனைப் பொறுத்தவரை பெரும் துக்கம்தான். 'இன்னும் ரெண்டு நாளிலே சரியாயிடும். அப்புறம் நீ உன் சினேகிதர்களோடு விளையாடப் போகலாம்' என்பதுபோல, கூறி உற்சாகப்படுத்துங்கள்.

கனிவான வார்த்தைகள், தேவைப்படும் கவனிப்பு இவற்றை நீங்கள் குழந்தையின் சுகவீனமான நேரத்தில் அளித்தால் அது குழந்தைக்குப் பெரும் ஆறுதலாக இருக்கும். அதுமட்டு மல்ல. உங்கள் மீது உங்கள் குழந்தை கொண்ட பாசப் பிணைப்பு இதனால் வலுப்படும். அதுமட்டுமல்ல. காலப் போக்கில் வேறு யாருக்காவது (அது நீங்களாகக்கூட இருக்கலாம்) உடல்நலம் சரியில்லை என்றால், தானும் அக்கறையோடு கவனிக்கும்.

குழந்தைகளைப் பொறுத்தவரை 'எனக்கு ஏன் உடம்புக்கு வந்தது? எதனால் காய்ச்சல்? எதனால் ஜலதோஷம்? எதனால் அசதி?' என்றெல்லாம் மனத்தில் கேள்வி கேட்கும். இரண்டிலிருந்து ஏழு வயது வரை உள்ள குழந்தைகளின் சிந்தனைகள் மிகவும் வேடிக்கையானதாகவும் இருக்கக் கூடும்.

'இன்றைக்கு வெயில் நல்லா அடிக்குது' என்று நீங்கள் வீட்டில் பேசிக்கொண்டிருந்தால் தன் உடல் நலமின்மைக்கு சூரியன்தான் காரணம் என்று குழந்தை நினைக்கலாம். அல்லது டீச்சர் சொன்ன நீதிக்கதை குழந்தையின் மனத்தில் உறுத்திக்கொண்டிருக்கலாம்.

'டீச்சர் எல்லா உயிர்களிடத்தும் அன்பாக இருக்கணும்னு சொன்னாங்களே. நாம நேத்து ஒரு நாய் மேலே கூழாங் கல்லை எறிந்தோமே. அதனால்தான் எனக்கு உடம்பு சரியில்லாமல் போயிற்றோ' என்று நினைக்கலாம். தான் புரிந்த வேறு ஏதாவது தவறான செயல்களும் நினைவுக்கு வந்து 'வேறு ஏதாவது வியாதியும் இதனால் எனக்கு வந்துவிடுமோ?' என எண்ணி எண்ணி மேலும் உடல் நிலையைக் கெடுத்துக் கொள்ளலாம்.

எட்டு வயதுக்கு மேற்பட்ட குழந்தைகளால் தர்க்கரீதியாக யோசிக்க முடியும். கிருமிகள் மூலம்தான் இந்த நோய் தனக்கு வந்தது என்பது போன்ற அடிப்படை விஷயங்கள் குழந்தைக்குத் தெரிந்திருக்கும். மேலும் டாக்டர் கூறியபடி மருந்து, மாத்திரைகளை உட்கொண்டால் நோய் சரியாகி விடும் என்பதையும் இந்த வயதுக் குழந்தைகள் புரிந்து வைத்திருப்பார்கள்.

பன்னிரண்டு வயதைத் தாண்டிய குழந்தைகள், தனக்கு வந்துள்ள நோய்க்கு என்னென்ன காரணங்கள் இருக்கலாம் என்பதையும், தான் உட்கொள்ளும் மருந்தை உடல் எந்த விதத்தில் ஏற்றுக்கொள்கிறது என்பது குறித்தும் தெரிந்து வைத்திருக்க வாய்ப்பு உண்டு.

'என் உடம்புக்கு என்ன?' என்ற கேள்வியைக் குழந்தை கேட்டால், அதன் வயதுக்கு ஏற்ப எளிமையாகவோ, விளக்கமாகவோ பதிலை கூறுங்கள்.

'இந்த இந்த விஷயங்களில் கவனம் செலுத்தினால் இந்த நோய் வருவதைத் தடுக்கலாம்' என்பதைக் குழந்தைக்கு உணர்த்தக்கூடிய சந்தர்ப்பம் இது.

தவறு செய்தால் கண்டிப்பதைவிட, சரியான ஒன்றை செய்யும்போது, அதைப் பாராட்டுவதுதான் உரிய பலன் அளிக்கும்.

'அட, சாப்பிடுவதற்கு முன்னாலே நல்லா கைகளை சுத்தம் செய்துகிட்டு வர்றியே, குட்'.

'இப்பல்லாம் ராத்திரியும் பல் துலக்க ஆரம்பிச்சிட்டே. ரொம்ப நல்லதுதான்.'

'ஸ்கூல்ல இருந்து வீட்டுக்குள்ள நுழையும்போது கால்களை நல்லா மிதியடி மீது தேய்த்துவிட்டுக்கொண்டு அப்புறமா நீ உள்ளே நுழைவதைக் கவனிச்சேன். கீப் இட் அப்.'

இப்படிச் சொல்லிப்பாருங்கள். இது பெரிதும் பலனளிக்கும்.

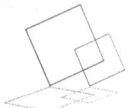

18. அச்சத்தை அகற்றுவதெப்படி?

ரிங்குவுக்கு ஒரு வயது. தனக்குப் பிடித்த பொம்மையோடு அவன் விளையாடிக் கொண்டு இருக்க, அவன் அம்மா அகல்யா சமையலறையில் பழச்சாறு பிழிந்துகொண் டிருந்தாள்.

அப்போது வீட்டுக்குள் கையில் சூட்கேஸோடு நுழைந்தார் ஒருவர். டெல்லியில் இருந்து வந்திருந்த அவர் அகல்யாவின் தந்தை வழி உறவினர். ரிங்கு இந்தப் புதிய நபரையே உற்றுப் பார்த்தது. சில நொடிகளுக்குப் பிறகு அதன் முகத்தில் ஓர் இறுக்கம். திடீரென்று ஓவென அழத் தொடங்கியது.

'என்னடா, ஏதாவது பூச்சிக்கடியா?' என்றபடி சமையலறையிலிருந்து வேகமாக வந்தாள் அகல்யா. 'இல்லம்மா. என்னைப் பார்த்துத் தான் உன் மகன் இப்படி அழறான். இந்தக் கிழவன் முகத்தைப் பார்க்க அவனுக்குப் பிடிக்கலை போலிருக்கு' என்றார்.

ரிங்கு எதற்காக அழவேண்டும்? அதுவும் பெரியப்பா அவனைத் தூக்கக்கூட இல்லை! பின் எதற்கு இந்த ஆர்ப்பாட்டம்?

குழந்தைகளின் இயல்பு அது. அவை எளிதில் பயப்படும். அதன் காரணமாக உடனே வீறிட்டு அழும். அல்லது அதன் முகம் வெளுத்து பொலிவிழக்கத் தொடங்கும். (அவர்கள் என்று இங்கே நாம் குறிப்பிடுபவர்கள் எல்லோருமே எட்டு மாதத்தில் இருந்து இரண்டரை வயது வரை உள்ள குழந்தைகள்தான்).

'பெரியவர்களும்தான் பயப்படுவார்கள்' என்கிறீர்களா? அவர்கள் ஆழமாகப் பயப்படும் விஷயங்கள் கொஞ்சம் குறைவுதான். தவிர அவர்கள் பயத்தை வெளிக்காட்டிக் கொள்ள மாட்டார்கள்.

அமைதியாகத் தூங்கிக்கொண்டிருந்த மனோஜ், பால் குக்கர் விசிலடிப்பதைக் கேட்டதும் விழித்துக்கொண்டு வீறிட்டு அலறத் தொடங்குகிறான்.

ரோஜாவைப் பற்றி அவள் அம்மாவுக்கு வேறுவிதமான கவலை. 'அலாரம் வைத்துக் கொண்டால்தான் காலையில் சீக்கிரம் எழுந்து வேலைகளை செய்து முடித்துவிட்டு, உரிய நேரத்தில் அலுவலகம் போகலாம். ஆனால் அலார ஒலியைக் கேட்டாலே எனக்கு முன் என் குழந்தை விழித்துக் கொள் கிறதே. அழுது ஆர்ப்பாட்டம் செய்து அது அலறுவதைப் பார்க்கும்போது அதைச் சமாதானப்படுத்தவே அதிக நேரமாகிவிடுகிறது. இதில் எங்கே அலுவலகத்துக்குச் சரியான நேரத்துக்குச் செல்வது!'

ஷவர் சத்தத்தைக் கேட்டால் அலறல், கதவைத்தட்டினால் பீதி இப்படி குழந்தை அழுதால் எப்படித்தான் அந்தப் பயத்தைப் போக்குவது?

கட்டுரையின் தொடக்கத்தில் இடம்பெற்ற ரிங்குவையே எடுத்துக்கொள்வோம். அவன் ஏன் டெல்லியில் இருந்து வந்த பெரியவரைப் பார்த்து அழ வேண்டும்?

இது ஒரு காலகட்டம். பெற்றோருடனும், வீட்டில் தன்னோடு தொடர்ந்து இருக்கும் ஒருசிலருடனும் மட்டும் ஒருவித உணர்வுபூர்வமான பந்தத்தை ஏற்படுத்திக் கொள்கிறது குழந்தை. அதாவது மீதிப் பேர் தனக்கு அறிமுகம் ஆகாதவர்கள், அன்னியர்கள் என்ற பிரிவுக்கோடு அதன் மனத்தில் விழுந்து விடுகிறது. இதனால்தான் புதியவர்களைப்

பார்த்து அழுகை. இந்த அழுகை வெறுப்பினால் ஏற்பட்ட தல்ல. பயத்தினால் ஏற்பட்டது.

நாளாக ஆக (பெரும்பாலும் மூன்று வயது தொடங்கு வதற்குள்ளாகவே) இதுபோன்ற பெரும்பாலான பயங்கள் நீங்கிவிடுகின்றன. குழந்தையைப் புதியவர்களோடு பழக விடுங்கள். தொடக்கத்தில் உங்கள் கண்காணிப்பும் இருக்கட்டும். இதன் மூலம் குழந்தையின் பல பயங்களை நீர்த்துப்போகச் செய்யலாம்.

குழந்தையை உங்கள் மடிமீது வைத்துக்கொண்டு எதிரில் இருக்கும் உறவினரிடமோ நண்பரிடமோ உற்சாகமாகவும் மகிழ்ச்சியுடனும் நீங்கள் பேசினாலே, குழந்தைக்கு அவரிடம் ஏற்படும் பயம் சிறிது சிறிதாகக் குறைந்துவிடும்.

தவிர குழந்தை, தன்னைத் தாயின் ஒரு பகுதியாகவே நினைத்துக் கொள்கிறது. அதாவது கருவில் இருந்த அதே உணர்வு. இதன் காரணமாகத்தான் அம்மா தன்னை விட்டுப் போனாலே மிகவும் சின்னக் குழந்தைகள் அழத் தொடங்கி விடுகின்றன. சிரித்துக்கொண்டு உல்லாசமாகத் தன் பொம்மை களோடு விளையாடிக்கொண்டிருக்கும் குழந்தை சட்டென்று திரும்பிப் பார்க்கும். இதுவரை அங்கே இருந்த அம்மா காணாமல் போயிருப்பாள். ஓவென்று அழத்தொடங்கும்.

சிலசமயம் அம்மா இல்லாத குறையை வேறு எதன் மூலமாக வாவது (ஒரு பொம்மை அல்லது போர்வை இப்படி எதுவாகவும் இருக்கலாம்) குழந்தை தீர்த்துக்கொள்ளப் பார்க்கும்.

சொல்லப்போனால் இப்படிக் குழந்தைக்குச் சில பயங்கள் இருப்பதேகூட இயற்கை அளிக்கும் பாதுகாப்புதான். கடத்திச்செல்லும் எண்ணத்துடன் அல்லது சங்கிலியை கழற்றிக்கொள்ளும் எண்ணத்துடன் புதியவன் நெருங்கும் போது, ஓவென்று அழுது குழந்தை அவனை காட்டிக் கொடுக்க வாய்ப்பு உண்டே. வளர்ச்சியின் ஓர் இன்றியமை யாத பங்குதான் பயம். எனவே, குழந்தை பயப்படுகிறானே என்று அம்மா பயப்படத் தேவையில்லை.

ஏற்கெனவே கூறியபடி குழந்தைகள் தங்கள் பயங்களை 'வெளிக்காட்டுகின்றன' அவ்வளவுதான்.

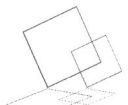

19. குழந்தை பீதிவசப்படும்போது...

அச்சத்தையும் மீறிய உணர்வு பீதி.

பிறந்து இரண்டு மாதங்களான குழந்தைகூட திடீரென்று எதையாவது பார்த்துப் பயப்படுவது உண்டு. ஓவென்று அலறல், உடல் நடுக்கம் என்று தொடர்ந்து குழந்தை பீதியில் இருப்பதை அம்மாவுக்கு உணர்த்தும்.

உண்மையில் பீதி என்பது ஒருவித தற்காப்பு முயற்சி. ஃப்ராய்டு இதை இப்படிக் குறிப்பிடுகிறார். ஆழ்மனத்தில் சங்கடங்களை அளிக்கும் விரும்பத்தகாத உணர்வுகள் ஏற்படலாம். இதை உணரும்போது, மனத்தில் மிகுந்த பதற்றம் ஏற்படும். எனவே, இதற்குப் பதிலாக ஏதோ வேறொரு பொருளைக் கண்டு மனம் பயப்பட முயற்சிக்கிறது.

அதாவது 'எதற்கோ பயம்' என்று தீர்மானமின்றி பீதிவசப்படுவதை விட, 'இதற்கு பயம்' என்று குறிப்பாக இருந்தால் மனத்துக்கு ஒரு சின்ன சமாதானம். தவிர, பிறரிடம் இதை வெளிப்படுத்துவதும் எளிதாக இருக்கும் பெரியவர்கள்கூட 'என்ன காரணம்னே தெரியல. மனசுல ஒரு பீதி' என்றால் மற்றவர்கள் அதை

அதிகமாகப் பொருட்படுத்தமாட்டார்கள். குறிப்பிட்ட ஒரு சூழலுக்குப் பீதி என்றால் அதைச் சரிசெய்ய முயற்சிப்பார்கள்.

இதுபோன்ற பதற்ற உணர்ச்சிகள் எல்லை மீறிப் போகும் போதுதான் அது பீதியாக மாறுகிறது.

இதை இப்படிக் கூறலாம். கருப்புச்சட்டை அணிந்த ஒருவர் குழந்தையைப் பயமுறுத்தினால், நாளடைவில் கருப்புச் சட்டை அணிந்த யாரைக் கண்டாலும் குழந்தைக்குப் பீதி உண்டாகக் கூடும். பயத்தின் எல்லையான பீதி ஏற்படும் போது, உடலில் அட்ரினலின் அதிகமாகச் சுரக்கும்.

'எனக்குப் பயமா இருக்கு' என்று குழந்தை கூறினால் அது பொதுவான பயமா அல்லது குறிப்பான பயமா என்பதை அறிய வேண்டும். நாற்காலியில் உட்காரவே குழந்தை பயப்படுகிறது என்றால் ஏற்கெனவே அது உட்கார்ந்த நாற்காலி ஒன்றில் குண்டூசி போன்று ஏதாவது ஒரு பொருள் குழந்தையைக் குத்தியிருக்க வாய்ப்புண்டு.

மனநல பாதிப்பின் காரணமாகவும் இது ஏற்படலாம். பள்ளிக்கூடத்தில் டீச்சர் 'நாளைக்கு வீட்டுப் பாடத்தை எழுதிட்டு வரலேன்னா, வகுப்பிலே முட்டி போட்டு உட்கார வைப்பேன். சாயந்திரம் வீட்டுக்கு அனுப்ப மாட்டேன்' என்று கூறியிருக்கலாம். ஆசிரியரைப் பொறுத்தவரை இது வீட்டுப் பாடத்தைத் தவறாமல் எழுத வைக்கும் உத்தி. ஆனால் குழந்தையைப் பொறுத்தவரை பிற மாணவர்கள் முன் அவமானப்படுவதும், மாலையில் அம்மாவைப் பார்க்க முடியாமல் போவதும் பெரும் துன்பம். எனவே, மனத்தில் பீதி அழுத்தமாகக் குடியேறுகிறது.

அல்லது வீட்டில் அப்பாவிடம் 'உங்களோட இவ்வளவு வருஷம் வாழ்ந்து என்ன சுகத்தைக் கண்டேன்! பேசாம ஏதாவது விஷத்தைக் குடிச்சிட்டு செத்துப் போறேன்' என்று அம்மா கூறுவதை அது கேட்டிருக்கலாம். இதையெல்லாம் கேட்டு குழந்தை உண்மை என்று நம்பி பீதி கொள்ள வாய்ப்புண்டு. (பதிலுக்கு 'உன்னைக் கட்டிக்கிட்டதுக்கு நான்தான் செத்துப் போகணும். போகும்போது ஏதாவது விபத்தில நான் செத் துட்டா நல்லாயிருக்கும்' என்பதுபோல் அப்பா கூறியிருந்தால் மேலும் விசேஷம்! குழந்தையின் பீதி பலமடங்காகிவிடும்.)

நண்பர்கள் யாராவதுகூட இந்தப் பீதிக்குக் காரணமாக அமைந்திருக்கலாம். 'என்னடா இது கறுப்புச் சட்டையும் கறுப்பு ட்ரவுசரும் போட்டுக்கிட்டு வந்திருக்கியே. இப்படிப் போட்டுக்கிட்டா தலையில ஆட்டுக் கொம்பு வளரும்' என்று எவனாவது நண்பன் உளறுவதுகூட பீதிக்குக் காரணமாக அமையலாம்.

'எதுக்காக இந்த பயம்?' என்று கேட்டால் குழந்தை பதிலளிக்க மறுக்கலாம். அல்லது மேலும் பீதி வசப்படலாம். இதுபோன்ற நேரத்தில் எப்போதிலிருந்து குழந்தை பயப்படுகிறது என்பதைக் கண்டறிய வேண்டும். அன்று வீட்டில் என்ன நடந்தது என்பதை யோசித்துப் பார்க்க வேண்டும். பள்ளியில் அன்று என்ன நடந்தது என்பதைக் குழந்தையின் நண்பர்கள் மற்றும் ஆசிரியர்கள் மூலம் தெரிந்து கொள்ள முயற்சிக்க வேண்டும்.

குழந்தையின் பீதிக்குக் காரணம் தான்தான் என்பதைப் பெற்றோர் அறிந்துகொண்டால் (மேலே கூறிய உதாரணப் படி தற்கொலை செய்துகொள்ளப்போவதாகக் கூறிய தாய்) அதை விளக்கிப் புரியவைப்பதுடன் அதுபோன்ற வசனங்கள் மீண்டும் குடும்பத்தில் (குறைந்தது குழந்தையின் காதில் படாதவாறு) இடம் பெறாமல் பார்த்துக் கொள்ளவேண்டும்.

இதுபோன்ற குழந்தைகளை எப்படி அணுகக்கூடாது என்பதையும் பெற்றோர் தெரிந்துகொள்ள வேண்டும்.

'இவன் ஆனாலும் பயந்தாங்கொள்ளி.'

'கொஞ்சம் கூட தைரியம் இல்லேன்னா நாளைக்கு நீ எப்படித்தான் இந்த உலகத்திலே வாழப்போறியோ!'

'எப்போதும் அம்மா புடைவைத் தலைப்பையே பிடிச்சுக் கிட்டு நடுங்கிக்கிட்டே இருந்தா உன்னை எல்லாரும் 'ஷேம் ஷேம்'னு சொல்வாங்க.'

'நீ இப்படி எல்லாத்துக்கும் பயப்படுவதை உன் ஃப்ரெண்ட்ஸ் கிட்டே சொல்லட்டுமா?' இது போன்ற வாக்கியங்களை ஒரு போதும் குழந்தையின் காதுபட உதிர்க்க வேண்டாம்.

வேறென்ன செய்யலாம்? இதோ சில வழிகள்.

1. பயத்துக்கான காரணத்தை நீக்குவது

இதைக் கொஞ்சம் புத்திசாலித்தனமாக அணுக வேண்டும். இருட்டைப் பார்த்துப் பயமா? சிறு விளக்கை ஏற்றி வைக்கலாம். அதற்கு மாறாக ' குழந்தை தூங்கும் வரை வீட்டில் எல்லா மின்சார விளக்குகளும் எரிந்து கொண்டே இருக்கட்டும்' என்ற முடிவை எடுக்கக் கூடாது.

பொதுவாக, தாயிடமிருந்து சற்றுத் தள்ளியுள்ள படுக்கையில் குழந்தையைத் தூங்கவிடுவதே நல்லது. (மேலை நாடுகளில் பெற்றோர் இல்லாத வேறு அறையில்தான் நான்கு வயதைத் தாண்டிய குழந்தை(கள்) படுத்திருக்கும்). குழந்தை எதற்காக வாவது பயந்துகொண்டுவந்து அம்மாவைக் கட்டிக்கொண்டு நடுங்கினால் அப்போதைக்கு ஆறுதல் சொல்வது அவசியம் தான்.

சிறிதுநேரம் குழந்தையைக் கட்டிக் கொண்டே தூங்க அனுமதிக்கலாம். ஆனால் சற்று நேரத்துக்குப் பிறகு குழந்தையை அதன் வழக்கமான இடத்திலேயே படுக்க வைப்பதுதான் நல்லது. அப்போதுதான் பயம் ஏற்பட்டாலும் அதைத் தீர்க்க அம்மாவின் துணை தாற்காலிகமாக இருந் தாலே போதும் என்பதைக் குழந்தை உணரும்.

2. எதிர்மறைச் செயல்பாடு

'எந்த வேலையை நீங்கள் கட்டாயம் செய்யவேண்டுமோ, அதாவது எந்த முக்கியமான வேலையை நீங்கள் ஏதோ மனச்சோர்வுடன் தள்ளிப் போட்டுக் கொண்டே இருக்கிறீர் களோ அதை உடனடியாகச் செய்யுங்கள். தன்னம்பிக்கை அதிகம் ஆகும்' என்று சுய முன்னேற்ற நூல்களில் குறிப்பிடு வது உண்டு. அதேபோன்ற ஓர் உத்தியை குழந்தையின் பீதியைக் களையவும் நாம் பயன்படுத்தலாம்.

பலூனை அருகே கொண்டுவந்தால் குழந்தை பயப்படுகிறது என்றால், அதை குழந்தை மீது வலுக்கட்டாயமாக (ஆனால் மென்மையாக) ஓரிரு முறை பட வைக்கலாம். இதன் மூலம் பயம் தெளிய வாய்ப்புண்டு.

ஆனால் இதற்கே குழந்தை நடுநடுங்கலாம் என்பதால் முதலில் உங்கள் உடலின் மீது அந்தப் பலூனைப் பட வையுங்கள்.

அப்போது உங்கள் முகத்தில் புன்னகையும் பரவசமும் மின்னட்டும். இதைப் பார்க்கும் குழந்தை, பலூன் ஒன்றும் பயப்படும் விஷயமல்ல என்பதைப் புரிந்துகொள்ளும்.

குழந்தையின் பீதியைத் தணிக்க மனநலமருத்துவர்கள் வேறென்ன வழிமுறைகளைக் கையாளுகிறார்கள்? பார்ப்போம்.

செதுக்கி வடிவமைத்தல்

குழந்தை எதற்காகப் பயப்படுகிறதோ அந்தப் பயத்தை ஒரேயடியாகப் போக்க முனையாமல் சிறிது சிறிதாக அகற்றுவது ஒரு வழி.

உதாரணத்துக்கு குழந்தைக்கு இருட்டைக் கண்டு பயம் என்று வைத்துக் கொள்வோம். வெளிச்சமாக இருக்கும் பகுதியில் நின்றுகொண்டு இருட்டறையைக் காட்டி 'அதோ அந்த அறைக்குள்ளே நீ போகணும். அதிக நேரம் அங்கே இருக்க வேணாம். நான் மூணு எண்ணும்வரையில் நீ இருந்துட்டு வந்துடலாம்' என்று கூறுங்கள்.

குழந்தை அப்போதும் தயங்கக் கூடும். அப்போது '1..2..3' என்று எண்ணிவிட்டு 'பார்த்தாயா? இவ்வளவு குறைவான நேரம்தான்' என்பதுபோல் கூறலாம். மூன்று எண்ணும் வரை இருட்டுப் பகுதிக்குள் இருந்துவிட்டு வந்தால் அதற்காக குழந்தைக்குப் பிடித்த எந்தப் பரிசையாவது அளிக்கலாம்.

அந்தப் பரிசுக்காகவாவது குழந்தை 'சில நொடிகள்தானே' என்று, தான் பயப்படும் சூழலை எதிர்கொள்ளலாம். இப்படி ஈடுபடுத்தி, போகப்போக மூன்று என்பதை முப்பது என்று அதிகரிக்கலாம். ஒரு கட்டத்தில் அந்தப் பயம் தெளிந்துவிடும்.

ஆனால் இதில் ஒன்றை நினைவில் கொள்ள வேண்டியது அவசியம். குழந்தையை ஒருபோதும் அப்படிச் செய்யும்படி கட்டாயப்படுத்தக் கூடாது.

மும்முனைத் தாக்குதல்

தன் பயத்தைக் குழந்தை உங்களிடம் வெளிப்படுத்தும்போது, அதற்கு உரிய அங்கீகாரம் அளித்தல், அந்தப் பீதியிலிருந்து சிறிது மீண்டாலும் பாராட்டுதல், அதேசமயம் அடிக்கடி

அந்தப் பீதியை குழந்தை வெளிப்படுத்தும்போது, கொஞ்சம் கண்டும் காணாததுபோல் இருத்தல் ஆகிய மூன்று நடவடிக்கை களையும் மேற்கொண்டால் உரிய பலன் இருக்கும்.

ஒரு குழந்தை ரங்கராட்டினத்தில் சுற்ற மிகவும் பயப்படுகிறது என்று வைத்துக் கொள்வோம். இதனால் ரங்கராட்டினம் என்ற வார்த்தையை உச்சரித்தாலே பீதி வசப்படவும் கூடும். என்ன செய்யலாம்?

'உன்னால ரங்கராட்டினத்திலே சுத்த முடியும் கண்ணா. நீதான் தைரியசாலியாச்சே. அம்மா கூடத்தானே உட்கார்ந்துக்கப் போறே' என்று கூறுவது ஒருபுறம். ('கொஞ்ச நேரம் இப்படி உட்கார்ந்துக்கோ. சுத்த ஆரம்பித்ததும் இறங்கிடலாம்' என்பதுபோல்கூட இதைத் தொடங்கலாம்).

ஒரு சுற்று சுற்றி முடிந்ததும், 'சபாஷ் நீ நிச்சயம் தைரிய சாலிதான். எனக்குத்தான் அது தெரியுமே' என்பதுபோல் கைதட்டிப் பாராட்டுவது ஒருபுறம்.

பின்னர் குழந்தை 'இப்ப கூட எனக்குப் பயமாத்தான் இருக்கு. லேசா தலைசுற்றுவது மாதிரிகூட இருக்கு' என்பதுபோல் எதையாவது கூறினால் அது காதில் விழாததுபோல் பேச்சை மாற்றுவது ஒருபுறம்.

இப்படி மும்முனைகளில் செயல்பட்டால் குழந்தையின் பீதி நாளடைவில் தணிந்துவிடும்.

உதாரணம் காட்டலாம்

ஒரு குழந்தைக்கு நாயைத் தொடவேண்டுமென்றாலே பீதி என்று வைத்துக் கொள்வோம்.

'நாய் ஒண்ணும் பண்ணாது. இதோ பார் நான் அதோட விளையாடறேன்' என்று அம்மா கூறினால் அது எடுபடாமல் போகலாம். அம்மா பெரியவள். எனவே, நாய் அவளை ஒன்றும் செய்யாது என்பதுபோன்ற சிந்தனை குழந்தையின் மனத்தில் தோன்றும்.

மாறாக, குழந்தையின் வயதே உள்ள சமவயதுக் குழந்தை ஒன்றை நாயுடன் விளையாட வைத்தால் அந்தப் பயம் மறைய வாய்ப்பு உண்டு. ஆனால் ஒன்று. இப்படி உதாரணம்

காட்டப்படும் குழந்தை, நாயிடம் கொஞ்சம்கூட பயப்படக் கூடாது. அப்படி பயப்பட்டால், குழந்தையின் பயம் அதிகமாகிவிடும். எனவே, கவனம் தேவை.

மாற்று கண்டுபிடித்தல்

இடி இடிக்கும்போது, 'அர்ஜுனா' என்று சொன்னால் இடி நம்மை பாதிக்காது என்பதெல்லாம் மனத்தை திசைதிருப்பும் உத்தி.

ஆனால் தாற்காலிக நிவாரணத்தைத்தான் இவை அளிக்கும்.

போகப்போக மனத்தில் சந்தேகம் புகுந்துகொள்ளும். 'அர்ஜுனா என்றால் எப்படி இடி தாக்காமல் போகும்? அறிவியலின்படி இது சரியில்லையே' என்ற எண்ணம் நாளடைவில் குழந்தை மனத்தில் தோன்றும்போது, மீண்டும் பீதி கிளம்பும். இடிதாக்கி மாண்டவர்கள் குறித்த செய்தியை அறிய நேரிட்டால் 'அவர்கள் அர்ஜுனா என்று ஏன் சொல்ல வில்லை? அல்லது அப்படிச் சொல்லாமலா இருந்திருப் பார்கள்?' என்றெல்லாம் தோன்றும்.

எனவே, சற்றே வளர்ந்த குழந்தை என்றால் 'இடி தோன்ற இதுதான் காரணம்' என்று கூறிவிடலாம். தவிர 'இடியினால் தாக்கப்படுபவர்கள் பல லட்சம் பேரில் ஒருவர்தான்' என்பதையும் அறிவியல் பூர்வமாக விளக்கினால் குழந்தை யின் மனம் சமாதானமடையும்.

மருந்துகள்

குழந்தையின் டென்ஷன் அத்துமீறும்போது, டாக்டர் மருந்துகளையும் பரிந்துரைப்பார். என்றாலும் இந்தத் தீர்வை உடனடியாக வைத்துக் கொள்ள வேண்டாம். காரணம் சில மருந்துகள் பின்விளைவை ஏற்படுத்தக் கூடும். எனவே, இந்தக் கோணத்திலும் டாக்டரிடம் விளக்கம் பெறுங்கள்.

குழந்தையைப் பீதியின் உச்சத்துக்கே அழைத்துச் செல்லும் ஒரு விஷயம் உண்டு. அது அவர்களின் பெற்றோர் குறித்து. ஆக அது பெற்றோரின் காரணமாகவே ஏற்படும் பீதி. இது குறித்து விவரமாகப் பிறகு பார்க்கலாம்.

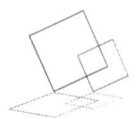

20. குழந்தைகள் ஏன் பொய் சொல்கிறார்கள்?

தேவதைக் கதைகளிலிருந்து நாடோடிக் கதைகள் வரை குழந்தைகள் அப்பாவிகளாகவும், உண்மையையே பேசுபவர்களாகவும் தான் சித்திரிக்கப்படுகிறார்கள். இப்படி நினைப்பதுதான் நம் மனத்துக்கு இதமாகவும் இருக்கிறது. ஆனால் பெற்றோர் என்ற முறையில் பார்க்கும்போது, குழந்தைகள் சில சமயங்களிலாவது பொய் சொல்லவே செய்கிறார்கள் என்கிற உண்மை நமக்குப் புரிகிறது.

தெரியாமல் தவறாகச் சொல்வது, வேண்டுமென்றே பொய் சொல்வது இரண்டுக்குமுள்ள வித்தியாசம் ஆறு வயதுவரை குழந்தைகளுக்குத் தெரியாது என்றே பல மனவியல் ஆராய்ச்சியாளர்கள்கூட நினைத்துக் கொண்டிருந்தார்கள். ஆனால் அது தவறு என்று நிரூபித்துள்ளன சமீபத்திய ஆராய்ச்சிகள். நான்கு வயதிலோ, அதற்குச் சற்று முன்பாகவோகூட குழந்தைகள் பொய் பேசத் தொடங்கிவிடுகிறார்களாம்.

மூன்றரை வயது ராணிக்குத் தன்னால் நன்றாக ஓவியம் வரைய முடியுமென்று எண்ணம்.

படுக்கையறை சுவரில் தன் ஓவியத் திறமையை வெளிப் படுத்துகிறாள். க்ரேயான்களால் தான் வரைந்த ஓவியங்கள் அற்புதமானவை என்று படுகிறது அவளுக்கு. ஆனால் உள்ளே நுழையும் அம்மாவின் சுருங்கிய முகமே அந்த ஓவியங்கள் அம்மாவுக்குப் பிடிக்கவில்லை என்பதை ராணிக்குத் தெரிய வைத்துவிடுகிறது.

'நீதானே சுவரில் அப்படிக் கிறுக்கினே?'

'இல்லை' என்கிறாள் ராணி முகத்தில் அப்பாவித்தனம் கொடிகட்டிப் பறக்க.

'நீ இல்லேன்னா யார் இதைச் செய்தது?'

'நானில்லே' - மீண்டும் இறுகிய முகத்துடன் சொல்கிறாள் ராணி.

'நீ இல்லேன்னா வேறு யாரு? ஏதாவது குட்டி பூதம் அறைக்குள்ளே வந்து வரைஞ்சிட்டுப் போச்சா?' என்கிறாள் அம்மா கிண்டலாக.

'ஆமா. குட்டிப் பூதம்தான் வரைஞ்சது'.

அதற்குப் பிறகு அம்மா எவ்வளவு விதமாகக் கேட்டாலும் ராணி தான் சொன்னதையே சொல்லி பூதத்தின் மீதே தொடர்ந்து பழி சுமத்துகிறாள்.

கடைசியில் அம்மா 'இனிமேல் இந்த மாதிரியெல்லாம் வரைஞ்சா நான் பொல்லாதவளாயிருப்பேன்னு அந்தச் சின்ன பூதத்துக்கிட்டே சொல்லி வை' என்றபடி நகர்கிறாள். குழந்தை கள் தெரிந்தே பொய் சொல்கிறார்கள் என்றாலும் 'பொய்' என் பதற்கு அவர்கள் அகராதியில் அர்த்தம் வேறு மாதிரியானது.

ஆறு வயது கார்த்திக்கை அன்று மாலை கடற்கரைக்கு அழைத்துப் போவதாக வாக்குக் கொடுக்கிறார் அப்பா. ஆனால் அன்று மாலை அவரது நண்பர்கள் அவரிடம் சில முக்கியமான வேலைகளைப் பற்றி விவாதிக்கிறார்கள். நேரமாகி விடுவதால், அப்பாவால் கார்த்திக்கை பீச்சுக்கு அழைத்துக்கொண்டு போக முடியவில்லை. நண்பர்கள் போனவுடன் கார்த்திக் கத்துகிறான். 'பீச்சுக்கு அழைச்சிட்டுப் போறேன்னு என்கிட்டே ஏன் பொய் சொன்னீங்க?'

சந்தர்ப்ப சூழ்நிலையால், தான் கொடுத்த வாக்கைக் காப்பாற்ற முடியவில்லை என்பதை அவனுக்குப் புரிய வைக்க முயற்சிக்கிறார் அப்பா. ஊஹூம். எடுபடவில்லை. அவனைப் பொறுத்தவரை அப்பா தன்னை பீச்சுக்கு அழைத்துக்கொண்டு செல்வதாகச் சொன்னார். ஆனால் அப்படி அழைத்துக் கொண்டு போகவில்லை. எனவே, அவர் சொன்னது பொய்தான்.

பொதுவாக எட்டு வயது வரை குழந்தைகள் தவறான மற்றும் நடைமுறைப்படுத்தாத எந்த வாக்கியத்தையும் பொய் என்றுதான் கருதுகின்றனர்.

என்றாலும் நான்கு வயது வரை 'மற்றவர்களைத் தெரிந்தே ஏமாற்றுவது தப்பு' என்பதை உணர்கின்றனர். ஆனால் 11 வயதை எட்டிய குழந்தைகளில் சுமார் 11 சதவீதம் பேர்தான் இப்படிக் கருதுகின்றனர் என்கிறது உலகப் புகழ்பெற்ற 'சைக்காலஜி டுடே' இதழில் வெளியிடப்பட்டுள்ள ஓர் ஆய்வு. அதேபோல் ஐந்து வயதுக்குட்பட்ட குழந்தைகளில் 75% பேர் 'நாங்கள் பொய் சொன்னதே இல்லை' என்று கூற, பதினோரு வயதான குழந்தைகளில் ஒருவர் கூட அப்படிக் கூறவில்லையாம்.

அது மட்டுமல்ல. குழந்தைகளைப் பொறுத்தவரை பொய்களில் இரண்டு வகை உண்டு. 'எங்கே அந்த ராஜு? என் புக்கைக் கிழிச்சிட்டான். அவனை ஓங்கி அறையப் போறேன்' என்று வருகின்ற பிரசாத்திடம், ராஜு இருக்குமிடம் நன்றாகத் தெரிந்தாலும், 'எனக்குத் தெரியாதே' என்று சொல்வது 'நியாயமான பொய்'. தரையில் இங்க்கைக் கொட்டிவிட்டு 'நான் கொட்டலை' என்பது 'அநியாயமான பொய்'.

ஆக தண்டனையிலிருந்து தப்பவோ அல்லது தப்புவிக்கவோ குழந்தைகள் பொய் சொல்கிறார்கள். நியாயமான பொய்யைச் சொல்லும்போது மகிழ்ச்சியும், அநியாயமான பொய்யைச் சொல்லும்போது லேசான குற்றவுணர்ச்சியும் கொள்கிறார்கள்.

பொய் சொல்லும்போது நேர்பார்வையைத் தவிர்த்தல், குரலில் ஏற்றத்தாழ்வு, முன்னுக்குப் பின் முரணாகப் பேசுதல் போன்றவை காட்டிக் கொடுத்துவிடும். ஆனால் கிட்டத்தட்ட பதினோரு வயதில் இந்தப் பொய்களைத் தவிர்த்துவிட்டுத்

திறமையாகப் பொய் பேசக் குழந்தை கற்றுக்கொண்டு விடுகிறது. இந்தக் காலகட்டத்தில் பொய் சொல்வதில் மட்டுமல்ல; பொய்களைக் கண்டுபிடிப்பதிலும் சமர்த்தர்கள் ஆகிவிடுகிறார்கள்.

குழந்தைகள் பொய் கூறுவதை எப்படி நிறுத்துவது?

மூன்றிலிருந்து நான்கு வயது என்றால் திட்டமிட்டுப் பொய் பேசத் தெரியாத பருவம். அந்தச் சமயத்தில் பொய் சொல்வதின் தவறைப் பற்றி எடுத்துச் சொன்னால் பலனிருக்கும். அது மட்டுமல்ல, குழந்தை பொய் சொல்லும்போது, அதன் பின்னணியை ஆராயத் தவறாதீர்கள். உங்களது செயலே குழந்தையைப் பொய் கூறத் தூண்டுகிறதா? அல்லது வீட்டில் நிலவும் ஏதாவது ஒரு பிரச்னை இதற்குக் காரணமா? அல்லது குழந்தைக்குச் சரியான நண்பர்கள் அமையவில்லையா? இதையெல்லாம் கவனியுங்கள்.

இரண்டாவது தகுந்த காலகட்டம் டீனேஜ் தொடக்கம். அதாவது 13-14 வயது. இந்த வயதில் பல சிறுவர் சிறுமிகள் பொய் பேசுவதில் தேர்ச்சி பெற்றுவிடுகிறார்கள். இதற்குக் காரணம் பொய் செல்வதில் அவர்களுக்கு எந்தக் குற்ற உணர்ச்சியும் ஏற்படுவதில்லை (பழகி விடுகிறது)! தவிர பெற்றோரை எதிர்க்கும் புரட்சி ஆயுதமாகப் பொய் அவர்களுக்குப் பயன்படுகிறது. தங்கள் தனித்தன்மையை நிலைநாட்டிக் கொள்வதற்குப் பொய் உதவுகிறது என்று நினைக்கிறார்கள்.

பொய் பேசக்கூடாது என்பதைக் குழந்தைகளிடம் வலியுறுத்தும்போது, 'நம்பிக்கையின்மை உள்ள இடத்தில் தான் பொய் பிறக்கும்' என்பதை உணர்த்துங்கள். ஒருவரையொருவர் நம்பாமல் பொய் சொல்லிக் கொண்டே போனால் வாழ்க்கை எவ்வளவு வருத்தமானதாக இருக்கும் என்பதை எடுத்துச் சொல்லுங்கள். ஒருமுறை ஒருவர் மீது நம்பிக்கை இழந்தால் அதைச் சரி செய்வது கஷ்டம்; அடிக்கடி சந்தேகம் வரும் என்பதை அழுத்தமாக எடுத்துச் சொல்லுங்கள். இவற்றுடன் குழந்தைகளின் தேவைகளை நாம் எந்த அளவுக்குப் பூர்த்தி செய்கிறோம்; அவர்களின் தனித்தன்மைக்கெதிராக நாம் எந்த அளவுக்குத் தலையிடாமல் இருக்கிறோம் என்பதைப் பொறுத்து நிச்சயம் வெற்றி கிடைக்கும்.

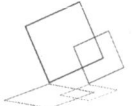

21. பள்ளிக்குச் செல்லும்முன் பக்குவப்படுத்துங்கள்

இன்றையக் கல்விச் சூழலில், கிண்டர் கார்டன் வகுப்புகளையும் சேர்த்து ஒரு குழந்தை பதினான்கு வருடம் பள்ளியில் படிக்க வேண்டியிருக்கிறது. பள்ளிக்குச் செல்லத் தொடங்கும்போது குழந்தை அழுவதும், பள்ளியை ஒரு சிறையாக எண்ணுவதும் பல வீடுகளில் நடக்கும் ஒன்றுதான். குழந்தையின் இந்த மனப்போக்கை மாற்ற வேண்டுமானால், அது பள்ளிக்குச் செல்வதற்கு ஓரிரு வருடங்கள் முன்னாலிருந்தே சில விஷயங்களில் கவனம் செலுத்த வேண்டும்.

1. **தாயைச் சார்ந்திருக்கும் நிலையைச் சற்று மாற்றுங்கள்:**

குழந்தை - அதுவும் ஐந்து வயது வரை - தாயைப் பெருமளவு சார்ந்திருக்கிறது. தன்னுடைய தேவை ஒவ்வொன்றுக்குமே அது பெரும்பாலும் தாயைத்தான் எதிர்நோக்கு கிறது. இந்த நிலையைத் தாய் சற்று மாற்றி அமைக்க முன்வர வேண்டும். இல்லை யென்றால் திடீரென்று ஒருநாள் பள்ளிக்கு அனுப்பப்படும்போது இதுவரை எல்லா

வற்றுக்கும் துணையாக இருந்த அம்மா இல்லாமல் முற்றிலும் மாறுபட்ட ஒரு சூழ்நிலையைச் சந்திப்பதால் ‘அப்செட்’ ஆகிவிடக்கூடும். ‘தாகமா? தண்ணி இருக்கே, போய் எடுத்துக்க’ என்று தன் வேலையைக் கொஞ்சமாவது குழந்தையே பார்த்துக்கொள்ள வைக்கவேண்டும்.

2. புத்தக அறிமுகம் நிச்சயம் தேவை

பல சுவையான விஷயங்களை அறிந்து கொள்ளப் புத்தகங்கள் சிறந்த சாதனங்கள் என்பதைக் குழந்தைகளுக்குப் புரிய வைக்க வேண்டும். படங்கள் நிறைந்த ஓரிரு புத்தகங்களைப் பள்ளி செல்லும் முன்பே குழந்தைக்கு அறிமுகம் செய்து வைக்கவேண்டும். புத்தகங்களை நட்போடு அணுகக் குழந்தைகளுக்குச் சொல்லிக் கொடுக்க வேண்டும்.

3. ஒவ்வொரு கதையும் ஓர் அகராதி

ஒரு குழந்தையின் புத்திக்கூர்மையில் பாதியளவாவது அதன் ஐந்தாவது வயதுக்குள் வளர்ந்துவிடுகிறது என்கிறார்கள் மனவியல் நிபுணர்கள். தனது ஐந்து வயதுக்குள் குழந்தை வார்த்தைகளைக் கற்றுக்கொள்ளும் வேகம் ஆச்சரியகரமானது. எனவே, அதிகமான வார்த்தைகளை அப்போது குழந்தைகளுக்குக் கற்றுக் கொடுக்கலாம். இது பள்ளிப் படிப்பின்போது பெரிதும் உதவும். வார்த்தைகளைக் கற்றுக் கொடுக்கக் கவர்ச்சியான வடிவம் கதைதான். கதைகளை அபிநயத்துடன் குழந்தைகளுக்குச் சொன்னால், அவர்களது வார்த்தை ஞானம் பெருகும்.

4. மற்ற பெரியவர்களிடம் பழக விடுங்கள்

சில குழந்தைகள் பள்ளியில் டீச்சரைப் பார்த்துப் பயப்படக் காரணம், அவர்கள் பெற்றோரைத் தவிர வேறு எந்தப் பெரியவர்களுடனும் அதிக நேரம் இல்லாமலிருந்ததுதான். எனவே, மாதத்தில் ஓரிரு நாள்களாவது உங்கள் உறவினர் / நண்பர்கள் வீட்டில் குழந்தை - நீங்களில்லாமல் தங்கட்டுமே!

5. அனுபவத்தைக் கேளுங்கள்

குழந்தை வெளியே போய் விட்டுவந்தால், அதன் அனுபவத்தை உற்சாகமாகக் கேளுங்கள். குழந்தை கொஞ்சம்

ரீல் விடுவது போல் தோன்றினாலும் குறுக்கிட வேண்டாம். அதற்குப் பெயர் பொய் அல்ல; கற்பனை வளம். 'இதே போல் ஸ்கூல்ல நடக்கிறதையும் என்கிட்டே வந்து சொல்லணும் என்ன...?' என்று கூறி தயார்ப்படுத்துங்கள்.

6. பள்ளியைப் பற்றி பயமுறுத்தாதீர்கள்

'என் முந்தானையையே பிடிச்சிட்டுத் திரியறியே, அடுத்த வருஷம் ஸ்கூலுக்குப் போனா என்ன செய்வே?' 'சும்மா விஷமம் செய்யறியா, உன்னையெல்லாம் ஸ்கூல்லே சேர்த்தாத்தான் சரிப்படுவே...' என்கிற மாதிரி எதையாவது சொல்லி பள்ளியைப் பற்றி குழந்தையின் மனத்தில் பய உணர்வை விதைக்காதீர்கள். பிறகு அதைப் போக்குவது கடினமாகிவிடும்.

7. சக வயதுத் தோழர்களை ஊக்குவியுங்கள்

பொதுவாக வீட்டில் குழந்தை நடுநாயகமாக விளங்குவதால், அதற்குத் தான்தான் மிகவும் முக்கியத்துவம் வாய்ந்தவன்(ள்) என்ற எண்ணம் ஏற்படுகிறது. பள்ளிக்குச் செல்லும்போது இந்த இமேஜ் உடைகிறது. ஏனென்றால், அங்கு அவனை ஒத்த பல குழந்தைகள்; அனைவருக்கும் சம கவனிப்பு. இதனால் குழந்தையின் ஈகோ பாதிக்கப்படலாம். எனவே, பள்ளிக்குப் போகுமுன்பே குழந்தையை அதன் சம வயதுத் தோழர்களுடன் விளையாட அனுமதித்தால், எப்போதும் தான் மட்டுமே பெரியவனில்லை என்ற எண்ணம் அவன் மனத்தில் பதியும்.

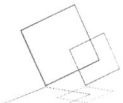

22. மீசையும் லுங்கியும்தானா?

'அம்மா இன்னிக்கு ஒரு அங்கிள் என்கிட்டே வந்து 'நான் உனக்கு ரெண்டு சாக்லெட் தறேன். என் கூட வர்ரியா?'ன்னு கேட்டார்' - மூன்று வயது ஷாலினி இப்படிச் சொன்னதும் அவளது அம்மா சுகுணாவுக்குத் தூக்கிவாரிப் போடு கிறது.

'யாரு? யாரு? எப்படி இருந்தார் அந்த அங்கிள்? எப்போது இப்படிக் கேட்டார்?'

அம்மாவின் இவ்வளவு கேள்விகளுக்கும் பதில் சொல்லப் பொறுமை இல்லாமல் ஷாலினி வேகமாக அடுத்த வீட்டுக்குப் போய் விடுகிறாள் - அங்கே உள்ள தன் தோழர் களுடன் விளையாட.

சுகுணாவின் நிம்மதி அடியோடு போனது. 'அதே பள்ளியில் படிக்கும் வேறு குழந்தையின் அப்பாவாக இருக்கும்' என்று தன்னையே சமாதானம் செய்துகொள்ள முயற்சித்தாலும் 'ஒருவேளை என் குழந்தையை ஏதாவது கடத்தல் கும்பல் குறிவைக்கிறதோ?' என்ற கவலைதான் பாரமாக அழுத்துகிறது.

குழந்தைகளை (அதுவும் முக்கியமாக மூன்றிலிருந்து ஏழு வயதுக் குழந்தைகளை) எந்த அளவுக்கு எச்சரிக்கை செய்வது நல்லது? மிகவும் பய உணர்ச்சியை அவர்களுக்கு உண்டாக்கினால், அம்மாவின் சிநேகிதி சாக்லெட்டை நீட்டினால் கூட குழந்தை பயந்து நடுங்கத் தொடங்கலாம்.

இருந்தாலும் குழந்தையின் பாதுகாப்பு முக்கியமாச்சே. தவிர கபடம் அறியாதவர்கள் குழந்தைகள். அவர்களைப் பொறுத்த வரை எப்போதாவது சந்திப்பவர்கள்கூட அங்கிள் அல்லது ஆன்ட்டிதான்.

'கண்ணா, பெரியவங்ககிட்ட மரியாதையாக நடந்துக்கணும்' என்பதுபோல்தான் குழந்தைக்கு இதுவரை கூறியிருப்போம். ஆனால் இப்போது 'சில' பெரியவர்களை நம்பக்கூடாது. அவர்களிடம் எச்சரிக்கை தேவை. இப்படி எடுத்துச்சொல்ல வேண்டிய சிரமமான காரியம் அம்மாவுக்கு. ஆனால் வேறு வழியில்லை. குழந்தைகளால் நல்லவர்களையும் தீயவர்களையும் பிரித்துப் பார்க்க முடியாது. அதற்கு அம்மாதான் உதவ வேண்டும்.

இதை எப்படிச் சமாளிப்பது?

பாதுகாப்பு தொடர்பான சில அடிப்படை விதிகளை குழந்தையின் மனத்தில் பதியும்படி எடுத்துரைக்கலாம்.

★ 'பழகாத இடங்களுக்கெல்லாம் விளையாடப் போகக் கூடாது'

★ 'நமக்குத் தெரியாதவங்ககிட்டே இருந்து எதையும் வாங்கிக்கக்கூடாது'

★ 'உனக்குப் பிடிக்காததை யாராவது உன்னிடம் செய்தால் அதை உடனே என்னிடம் சொல்லு'

என்பதுபோல் எச்சரிக்கை மணிகளை ஒலிக்கவிடலாம்.

இதையெல்லாம் கூறும்போது ஏதோ குழந்தையைச் சுற்றி தீய வல்லூறுகள் நெருங்குவதைப்போல உருவகப்படுத்தி கலவரப்படுத்தக்கூடாது. தன்னைப் பாதுகாத்துக்கொள்ள குழந்தையால் முடியும் என்று தன்னம்பிக்கை ஊட்டும் விதமாக இது அமையவேண்டும்.

'தெரியாதவங்களோடு காரிலோ, ஸ்கூட்டரிலோ போகக் கூடாது' என்று பொதுப்படையாகக் கூறிப் பலனில்லை. ஏனென்றால் தொடர்ந்து ஐந்து நிமிடங்களுக்குப் பேசிக் கொண்டு இருந்தால் யாருமே குழந்தையைப் பொறுத்தவரை தெரிந்தவர் ஆகிவிடுவார். நல்ல அங்கிள்!

எனவே 'நானோ உங்க அப்பாவோ சொன்னால் மட்டும்தான் யாருடைய வண்டியிலும் ஏறவேண்டும்' என்பதுபோல் தெளிவாகவே கூறிவிடலாம்.

'உன்னை யாராவது கடத்திக்கொண்டு போய்விடலாம். எனவே, ஜாக்கிரதை தேவை' என்பதைக் கூறலாம். தப்பில்லை. அப்போது குழந்தை மேலும் கவனமாக இருக்கும். ஆனால் நிறைய அதிகப்படி விவரங்களை அடுக்க வேண்டாம். அதாவது கடத்தப்பட்ட குழந்தைகளை என்னெவெல்லாம் செய்கிறார்கள் என்பதையெல்லாம் விளக்க வேண்டாம் (அப்போதுதான் அவன் மேலும் அதிக எச்சரிக்கை உணர்வுடன் இருப்பான் என்று). பெற்றோரை விட்டு பிரிக்கப்பட்டு விடுவோம் என்கிற அதிர்ச்சியே இந்த விஷயத்தில் போதுமானது.

சிறந்த உடையும், சர்க்கரைப் பேச்சுமாக இருப்பவர்கள் எல்லோருமே உண்மையில் நல்லவர்களாக இருக்க வேண்டும் என்பது அவசியமில்லை என்பதைக் கூறலாம்.

'எவனாவது பெரிய மீசையோடோ, லுங்கியுடனோ வந்து எதையாவது சாப்பிடக் கொடுத்தால் அதை வாங்கிக்காதே' என்பதுபோல் கூறவேண்டாம். கடத்தல்காரர்கள் இந்த உருவம் கொண்டவர்களாகத்தான் இருக்க வேண்டும் என்பது இல்லை. பார்க்க வெகு கண்ணியமாகவும் அவர்கள் தோற்றமளிக்கலாம்.

நியமிக்கப்பட்ட ஆயாதான் பள்ளியில் இருந்து குழந்தையை தினமும் அழைத்துவருவது வழக்கம் என்றால், 'ஆயா வராதபோது நானோ அப்பாவோ வந்து உன்னை அழைத்துக்கொள்வோம். வேறு யாராவது வந்தால் அவர்க ளோடு போகாதே' என்று தெளிவாகக் கூறிவிடலாம். இதன் மூலம், தான் சிலதடவைகள் பார்த்திருக்கும் அடுத்த தெரு மாமா வந்து கூப்பிட்டால்கூட போகக்கூடாது என்பதை குழந்தை உணர்ந்துகொள்ளும்.

இன்னொன்றையும் குறிப்பிடலாம். 'யாராவது பலவந்தமாக உன்னை தன் காரில் ஏற்றிக்கொள்ள முயன்றால், நீ கத்து, அவர்களைக் கடி. தெருவில் நடந்து கொண்டிருப்பவர்களின் கவனத்தைக் கவருவதுபோல் அலறு' என்பதையெல்லாம் கூறலாம்.

'மத்தவங்க ஏதாவது கொடுத்தால் அதை வாங்கிக்கிட்டு தேங்க்ஸ் சொல்லணும்' என்கிற விதியைக் கொஞ்சம் ஓரம் கட்டிவிட்டு, 'தெரியாதவங்க எதைக்கொடுத்தாலும் வாங்கிக்க மாட்டேன்னு பளிச்சினு சொல்லிடணும்' என்று கூறிவிடலாம்.

சில பள்ளிக்கூடங்களில் பள்ளிக்கூடம் விட்டதும் குழந்தையை யார் அழைத்துக்கொண்டு போனாலும் கவலைப்படமாட்டார்கள். வேறு சிலவற்றிலோ வழக்கமாக வரும் அம்மாவோ அப்பாவோ வராவிட்டால் வேறு யாருடனும் குழந்தையை அனுப்ப மாட்டார்கள். சிலசமயம் அசௌகரியமாக இருக்கலாம் என்றாலும் இரண்டாவது வகைப்பள்ளிக்கூடங்கள்தான் குழந்தைக்குப் பாதுகாப்பானவை.

கூட்டமான இடங்களுக்குக் குழந்தையை அழைத்துச் செல்லும்போது, மேலும் கவனம் தேவை. உங்கள் தொலைபேசி எண்ணை குழந்தையின் துணியில் குத்திவைப்பது நல்லது. கண்காட்சி போன்ற இடங்களுக்குச் செல்லும்போது ஏதாவது ஒரு பெரிய, குறிப்பிடத்தக்க இடத்தைக் (அது ஒருபெரிய ஐஸ்க்ரீம் அல்லது சாக்லெட் கடையாகவும் இருக்கலாம்) காட்டுங்கள். 'தவறிப்போய் தொலைந்து போனால் இந்த இடத்துக்கு வந்துவிடு' என்று கூறலாம். 'தொலைந்துவிடுவோம்' என்கிற வார்த்தைகளேகூட அவள் பிரிந்து போகாமல் இருக்க வழி வகுக்கும். 'தொலைந்து போனாலும் கூட வேறு யார்கூடவும் போகாதே. தொலைந்து போன இடத்திலேயே நில்லு' என்றும் கூறலாம்.

பூமியைக் கொடூரமாகச் சித்தரிப்பது அம்மாவின் எண்ணம் அல்ல. ஆனால் எல்லாவற்றையும் குழந்தை அப்படியே நம்பிவிடும் அளவுக்கு உலகம் நல்லவர்களால் மட்டுமே நிறைந்து வழிவதில்லையே. எனவே, முன்னெச்சரிக்கை நடவடிக்கைகளில் எந்தத் தவறும் இல்லை.

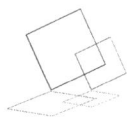

23. தடுமாறாமல் நடப்பது - குழந்தைகளும் பெரியவர்களும்

இப்போது இன்னொரு கவலை தரத்தக்க சூழல் உண்டாகி வருகிறது. சமீப காலமாக கொஞ்சம் வளர்ந்த (பள்ளிக்குச் சென்று கொண்டிருக்கும்) குழந்தைகள் சுறுசுறுப்பாக இருப்பது என்பது குறைந்து போயிருக்கிறது. இதன் காரணமாக அவர்கள் பருமனாக தோற்றம் அளிக்கிறார்கள். உடல் நல பிரச்னை களும் ஏற்படுகின்றன. எனவே, அவர்களுக்கும் நடைப்பயிற்சி ஏற்படுத்துவது அவசிய மாகிறது. ஆனால் பெரியவர்கள்போல் நடையை அவர்கள் ரசிக்க வேண்டும் என்று எதிர்பார்க்கக்கூடாது. பெற்றோர் கீழ்க்கண்ட யுக்திகளைப் பின்பற்றலாம்.

★ வாக்கிங் என்று சும்மா சொல்வதைவிட அதை ஒரு சாகச பயிற்சியாக அமைத்துக் கொள்ளலாம். மலை மேல் ஏறி பட்டம் விடுவது, ஒரு பூங்காவுக்கோ கடற் கரைக்கோ செல்வது, சற்றுத் தொலைவில் உள்ள நண்பனின் வீட்டுக்குச் செல்வது என்பதுபோல் சில உதாரணங்கள்.

★ வாக்கிங் என்பதை ஒரு கடமையாக இல்லாமல், உற்சாகமாகச் செய்யும்

வகையில் பழக்கமாக மாற்றுங்கள். வழியில் சாப்பிடு வதற்கோ குடிப்பதற்கோ எதையாவது எடுத்துச் செல்லுங்கள்.

★ மிகவும் நீண்ட தூரமாகவோ, மிகவும் கடினமான தாகவோ இந்த நடைப்பயிற்சி இருக்கவேண்டாம். தொடக்கத்தில் பொறுமையாகக் குழந்தையின் வேகத் துக்கு நடக்க வேண்டும். ஆங்காங்கே நின்று அது பராக் பார்த்தால் அதை அனுமதிக்கலாம்.

★ குழந்தைகள் திடீரென்று உற்சாகத்தின் ஊற்றாக இருப்பார்கள். திடீரென்று தாங்க முடியாத களைப்பு என்று சுருண்டு கொள்ளலாம். இரண்டுக்கும் தயராக இருங்கள். அதிக முயற்சியைப் பாராட்டத்தவற வேண்டாம்.

★ வாக்கிங்கிக்கு ஏற்ற உடை, ஷூக்கள் போன்றவை இருக்கட்டும்.

★ அவர்களுக்குத் தேவைப்படும் பொருள்கள் கொண்ட பையை அவர்கள் சுமக்கட்டும் . ஆனால் கொஞ்ச தூரத்துக்கு மேல் அதை நீங்கள் சுமக்க நேரிடலாம். எனவே, ரொம்பவும் திணிக்காதீர்கள்.

★ மரங்கள், ஓடைகள், விலங்குகள், ரயில் பாதை போன்றவை கொண்ட பாதைகளைத் தேர்ந்தெடுத்தால் நடப்பதற்கு குழந்தைகளுக்குச் சுலபமாக இருக்கும்.

★ கூடவே அவனது நண்பன் ஒருவனும் வருகிறான் என்றால் அதை அனுமதியுங்கள்.

★ பள்ளிக்குச் செல்வதன் ஒரு பகுதியாக இந்த வாக்கிங் இருந்தால் தவறில்லை.

★ வாக்கிங் கிளம்ப மறுத்தால் ரொம்பவும் கட்டாயப்படுத்த வேண்டாம். அதுவே பின்னர் நடைப்பயிற்சியின் மீது பெரும் வெறுப்பைத் தூண்டலாம்.

இவற்றில் கவனம் செலுத்தினால் குழந்தைகள் தாராளமாக நடப்பார்கள். உடல்நலமும் பெறுவார்கள்.

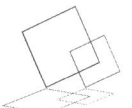

24. அமிதாப்பா? அப்புவா?

'குழந்தை ஒழுங்காக வளருகிறதா? அது ஆரோக்கியத்துடன் இருக்கிறதா?' இந்த இரண்டு கேள்விகளும் அம்மாவின் மனத்தில் அடிக்கடி எழக்கூடியவை. அதுவும் குழந்தை பிறந்த தொடக்க மாதங்களில் இந்தக் கேள்விகள் அம்மாவின் மனத்தில் தினமுமே கூட எழலாம்.

குழந்தை உற்சாகமாக இருக்கிறதா? சுறுசுறுப்பாகக் கைகளையும் கால்களையும் அசைத்துக் கொள்கிறதா? அப்படியானால் குழந்தை ஆரோக்கியமான வளர்ச்சியை அடைந்து வருகிறது என்றுதான் அர்த்தம்.

குழந்தையின் எடைக்கும் அதன் வளர்ச்சியையும் ஆரோக்கியத்தையும் சுட்டிக்காட்டுவதில் முக்கிய பங்கு உண்டு. அதுவும் தொடக்க மாதங்களில் எடையின் முக்கியத்துவம் அதிகம்.

குழந்தையால் நிற்க முடியும்போது, அதன் உயரத்தைக் கொண்டும் வளர்ச்சியை அறியலாம்.

ஒரு குழந்தையின் உயரத்தை நிர்ணயப்பது எது? அப்பா, அம்மா ஆகிய இருவரிடமிருந்தும் பெறப்பட்ட மரபணுத் தன்மைகள்தான் குழந்தையின் உயரத்தைத் தீர்மானிப்பதால் முக்கியப் பங்கு வகிக்கின்றன. இந்த உயரத்தைக் குழந்தை அடைய, போதிய ஹார்மோன்கள் அவனது அல்லது அவளது உடலில் சுரக்கவேண்டும். அதுமட்டுமல்ல, ஆரோக்கியமான உணவு, நோய்களால் பாதிக்கப்படாமை, மனமகிழ்ச்சி ஆகியவற்றுக்கும் இந்த உயரத்தைக் குழந்தை அடைவதில் முக்கியப் பங்கு உண்டு.

சில குழந்தைகள் ஏன் குள்ளமாகவே இருக்கிறார்கள் என்பதற் கான சில முக்கியக் காரணங்கள் கீழே அளிக்கப்பட்டுள்ளன.

பரம்பரை

அப்பாவும் அம்மாவும் உயரம் குறைவானவர்கள் என்றால் குழந்தை மட்டும் ஒட்டகச்சிவிங்கி உயரத்துக்கு உயர வேண்டும் என்று எதிர்பார்ப்பது தப்பு.

நாட்பட்ட நோய்

நீண்ட நாள் நோய் காரணமாக உயரம் சரியாக அதிகரிக்காமல் இருக்கலாம். தீவிர ஆஸ்துமா, சிறுநீரகத் தொற்றுக்கள் ஆகியவை இதில் முக்கியப் பங்கு வகிக்கக்கூடியவை.

கருக்காலம்

கருவுற்ற காலத்திலேயே போதிய வளர்ச்சியின்றி, பிறக்கும் போதே குறைவான எடையுடன் பிறக்கும் குழந்தை வளர்ந்த பின்னரும் உயரக் குறைவாகவே இருக்க வாய்ப்பு அதிகம்.

ஜீரணக் குறைபாடு

ஜீரணம் போன்றவற்றில் கோளாறு ஏற்பட்டு, அதற்குப் போதிய சிகிச்சை எடுத்துக்கொள்ளாமல் இருந்துவிட்டாலும் உயரம் குறைவாக இருக்கலாம்.

தவிர,

★ வளர்ச்சிக்கான ஹார்மோன்கள் போதிய அளவில் சுரக்கவில்லையென்றாலோ, தைராய்டு நோய் இருந் தாலோ உயரம் குறைய வாய்ப்புண்டு.

★ சில சமயம் தாமதமாகப் பருவம் அடைந்தால் வளர்ச்சி அதுவரை தடைபட்டு, அதற்குப் பிறகு வேகமாகி போதிய உயரத்தை அடைந்துவிடும்.

குழந்தை குள்ளமாக இருப்பதாகத் தோன்றினால் அம்மாவைக் கவலை ஆட்டுவிக்கும். 'வளர்ந்த பிறகும் இவன் (அல்லது இவள்) குள்ளமாகவே காட்சியளித்தால் என்னாவது? வெற்றி வாய்ப்புகள் குறைவதோடு பிறரால் கிண்டல் செய்யப்பட்டால் இது இவன(ள)து மன நலத்தையும் பாதிக்குமே.

இதுபோன்ற கவலை தோன்றும்போது அம்மா, குழந்தைநல மருத்துவரை அணுகுவது நல்லது. ஏதாவது நோய் காரண மாக வளர்ச்சி தடைபட்டிருந்தால் அந்த நோயைத் தீர்க்கும் வழிமுறைகளை டாக்டர் கூறுவார். அல்லது இயல்பான உயரத்தை அவன் அல்லது அவள் அடைவதற்கான சிகிச்சையை உடனடியாகத் தொடங்குவார். ஏனென்றால் பருவமடைவதற்கு முன்பே இந்தச் சிகிச்சையைத் தொடங்கு வது நல்லது என்பது அவருக்குத் தெரியும்.

டாக்டர் குழந்தை குறித்த பல விவரங்களை அம்மாவிடம் கேட்டுத் தெளிவு பெறுவார். கூடவே குழந்தையின் குடும்பம் தொடர்பான பல தகவல்களையும் கேட்டுத் தெளிவு பெறுவார்.

குழந்தை அது அடைய வேண்டிய உயரத்தை அடைய வில்லை என்று டாக்டர் அப்போதும் கருதினால் பல வித சோதனைகளுக்குக் குழந்தையை உட்படுத்துவார்.

1. எலும்பு வயது

அதாவது எலும்புகளின் வளர்ச்சி குழந்தையின் உயரத்துக்கு ஏற்ற அளவில் இருக்கிறதா என்பதை அறியும் சோதனை இது. எக்ஸ்ரே மூலம் இதை அறிந்துகொள்ள முடியும். பொதுவாக மணிக்கட்டுப் பகுதியை டாக்டர் எக்ஸ்ரே எடுத்துப் பார்ப்பார். எலும்பு வளர்ச்சியும், குழந்தையின் தற்போதைய உயரமும் ஒத்துப் போனால் குழந்தையின் வளர்ச்சி இயல்பானதுதான் என்பதையும், நாளடைவில் எலும்புகளின் வளர்ச்சிக்கேற்ப உயரமும் அதிகரிக்கும் என்பதையும் அறியலாம்.

2. ரத்தப் பரிசோதனை

குழந்தையின் ரத்தத்தில் சிகப்பணுக்கள் குறைவாக இருக்க லாம். அவற்றிலுள்ள ஹீமோகுளோபின் குறைவினால் ('அனீமியாவினால்) குழந்தை பாதிக்கப்பட்டிருக்கக் கூடும்.

தைராய்டு குறைவாகச் சுரப்பதினாலும் செக்ஸ் ஹார் மோன்கள் போதிய அளவு சுரக்காததாலும் கூட குழந்தையின் உயரம் தடைப்படலாம்.

இந்தக் குறைபாடுகளை ரத்தப் பரிசோதனை மூலம் கண்டறிய முடியும். இதைத் தொடர்ந்து டாக்டர் உரிய சிகிச்சையின் மூலம் குழந்தையின் உயரம் தடைப்படுவதற்கான காரணத்தை அகற்றுவார்.

3. சிறுநீர் சோதனை

ரத்தம் மட்டுமல்ல, சிறுநீர் சோதனையின் மூலமும் வளர்ச்சிக்கான ஹார்மோன்களின் அளவைக் கண்டறிய லாம். சிலவகைக் தொற்றுக்கிருமிகள் உடலில் இருந்து கொண்டு உடல் வளர்ச்சியைத் தடை செய்வதையும் சிறுநீர் சோதனை மூலம் கண்டறிய முடியும்.

4. மார்பு எக்ஸ்ரே

விலா எலும்புகளின் நிலையினை அறிவதன் மூலமும் குழந்தை அடைய வேண்டிய உயரத்தை அடைந்துவிட்டதா என்பதை டாக்டரால் தீர்மானிக்க முடியும்.

மேற்படி சோதனைகளின் மூலம் குழந்தையின் உடலில் ஏதாவது வியாதி காணப்பட்டால் அதை டாக்டர் தீர்த்து வைக்க முனைவார். பரம்பரை (மரபணு) காரணமாகத்தான் உயரக் குறைவு என்று கண்டறிந்தால் குழந்தையின் வருங்கால ஆரோக்கியம் குறித்தும், மரபணு காரணமாக வேறு என்னென்ன குறைபாடுகள் வருங்காலத்தில் ஏற்படக் கூடும் என்பது குறித்தும் டாக்டர் அம்மாவிடம் விவரிப்பார்.

வளர்ச்சி ஹார்மோன் அளவு குறைவாக இருந்தால், உரிய உயரம் அடையும் வரையில், இந்த ஹார்மேன்களுக்கான மாற்று ஏற்பாடுகளைச் செய்ய டாக்டர் முயற்சி எடுத்துக் கொள்வார்.

உயரக் குறைவு மட்டுமல்ல, மிக மிக உயரமாக ஒரு குழந்தை இருந்தாலும், அது சிலசமயம் டாக்டரின் கவனத்துக்கு உரியதாகும். ஏனென்றால் இதுகூட ஹார்மோன் தாறு மாறாகச் சுரப்பதினால் ஏற்படலாம்.

அதாவது, ஹார்மோன் வயதுக்கு மீறிச் சுரப்பதால் மிக இளம் வயதிலேயே குழந்தையின் உடலில் பருவமடைவதற்கான மாறுதல்கள் தோன்றத் தொடங்கிவிடுகின்றன. சிலசமயம் மிக அதிகமான எடை காரணமாகக்கூட உயரம் அதிகரிக்கலாம்.

இதில் குறிப்பிடத்தக்க விஷயம் என்னவென்றால் பெரியவர்களாகும்போது, இவர்கள் உயரம் குறைவானவர்களாக இருக்க வாய்ப்பு உண்டு! காரணம் பருவமடைந்தவுடனேயே எலும்பு வளர்ச்சி நின்றுவிடலாம். ஏனென்றால் அப்போதே வளர்ச்சி ஹார்மோன்களும் சுரப்பதை நிறுத்திக் கொள்வது தான். அதாவது பதினெட்டு வயதுவரை உயரம் அதிகரிக்க பிரகாசமான வாய்ப்பு உண்டு என்றபோதிலும் என்றாலும் பருவமடைந்த பதினைந்தாவது வயதிலேயே உயர வளர்ச்சி நின்றுவிடும்.

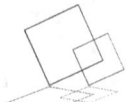

25. 'ஆயா'சமான பணிதான்

இப்போதெல்லாம் நாள்முழுவதும் குழந்தையைப் பார்த்துக்கொள்ள அம்மாவால் முடிவதில்லை. அதுவும் முக்கியமாக வேலைக்குப் போகும் அம்மாக்களால். எனவே, சற்றே வளர்ந்த குழந்தையைக் கவனித்துக்கொள்ள ஓர் ஆயாவை நியமித்து விடுகிறார்கள். சம்பளம் தருவது பற்றிக் கவலையில்லை. குழந்தையைப் பார்த்துக் கொள்ளத்தான் நேரமும் பொறுமையும் இருப்பதில்லை.

இப்படிக் குழந்தையை நம்பி ஆயாவிடம் ஒப்படைக்கும்போது, சில விஷயங்களில் மிகுந்த கவனம் செலுத்த வேண்டும். அப்போதுதான் நம் குழந்தை ஆயாவிடம் நன்கு வளரும்.

ஆயாவை நியமிக்கும்போது, அவள் குறித்த அனைத்து விவரங்களையும் விசாரியுங்கள். உங்கள் வீட்டு வேலைக்காரி யாரையோ அழைத்துக்கொண்டு வந்து 'இவ எங்க வீடு இருக்கிற தெருவிலேதான் இருக்கிறதா சொல்றா. குழந்தையைப் பாத்துக்குவேன்னா.

அதான் கூட்டி வந்தேன்' என்றபடி வந்து நின்றால் சம்பளம் கட்டுப்படியாகிறது என்கிற காரணத்துக்காகவே அவளைக் குழந்தைக்கு ஆயாவாக நியமித்துவிட வேண்டாம்.

முதலில் ஆயாவின் வீடு எங்கே இருக்கிறது என்பதை உறுதி செய்து கொள்ளுங்கள். நீங்களோ, உங்களுக்கு நம்பகமான ஒருவரோ நேரடியாகச் சென்று உறுதிசெய்து கொள்வது நல்லது.

ஆயாக்களின் நடவடிக்கைகளையும் அவ்வப்போது கூர்ந்து கவனிக்கவேண்டும். தொடக்கத்தில் நாணயமாகவே இருக்கும் ஆயாக்கள்கூட நாளடைவில் மனம் மறலாம். அவர்கள் பேச்சு, உடை, நடவடிக்கைகள் இவற்றைத் தொடர்ந்து கவனித்தால் இந்த மாறுதல்களை கவனித்து உஷார் ஆகலாம்.

இதற்காக வேலை செய்யும் ஆயாக்கள் எல்லோருமே சந்தேகத்துக்கு உரியவர்கள் என்று அர்த்தமில்லை.

பன்னாபாய் என்ற ஆயாவை மறக்க முடியுமா? சரித்திரத்தில் இடம்பெற்ற பெயர் அது. பன்னாபாய்க்கு எட்டுமாதக் குழந்தை ஒன்று இருந்தது. அதே வயதைக் கொண்ட இளவரசனைக் காக்கும் பொறுப்பு அவளிடம் ஒப்படைக்கப் பட்டிருந்தது. திடீரென்று எதிரிநாட்டுப் படை நுழைந்தது. மன்னன் கொல்லப்பட்டான். எதிரிநாட்டு மன்னன் இப்படி யோசித்தான். 'வருங்காலத்திலும் எனக்கு ஆபத்து இருக்கக் கூடாது என்றால் குழந்தையாக இருக்கும் இளவரசனையும் கொன்றுதான் ஆக வேண்டும்'.

விசாரணையின்போது, பன்னாபாய் என்ற பெண்ணின் பொறுப்பில் இளவரசன் இருப்பதாகக் கேள்விப்பட்டான். நேராக அவள் இருக்கும் அறையை நோக்கி விரைந்தான்.

இதற்குள் பன்னாபாய் காதுக்கு இந்தச் சேதி எட்டியது. சட்டென ஒரு முடிவுக்கு வந்தாள். இளவரசன் அணிந்திருந்த நகைகளையும் உடைகளையும் தன் குழந்தைக்கு அணிவித்து அலங்காரத் தொட்டிலில் அவனைக் கிடத்தினாள். இளவரசனுக்குக் கந்தல் உடைகளை அணிவித்து ஒரு தூளியில் படுக்க வைத்தாள்.

அறைக்குள் நுழைந்த வீரர்கள் பன்னாபாயின் குழந்தையை இளவரசராக எண்ணிக் கொன்றார்கள். தொண்டையிலிருந்து கிளம்பிய ஓலத்தைக் கஷ்டப்பட்டு அடக்கிக்கொண்டாள் பன்னாபாய்.

ஆக தன் சொந்தக் குழந்தையைப் போன்றே தன்னால் வளர்க்கப்படும் குழந்தையையும் பார்த்துக்கொள்ளும் அன்பு ஆயாக்கள் இல்லாமல் போய்விடவில்லை.

ஆனால் நம் முழு நம்பிக்கையைப் பெறும் வகையில் அந்த ஆயாக்கள் இருந்தாகவேண்டும். முக்கியமாக உடல் ஆரோக்கியத்தில்.

எப்போதும் 'லொக் லொக்' என்று இருமிக்கொண்டிருக்கும் பெண்மணியை ஆயாவாக நியமிக்க வேண்டாம். ஏனென்றால் தொற்றுக்கிருமிகள் அவள்மூலமாக குழந்தைக்குப் பரவக்கூடும்.

அதேபோல் எளிமையாக இருந்தாலும் சுத்தமான உடைகளைத்தான் ஆயா அணிந்து வரவேண்டும் என்பதை முதலிலேயே தெளிவாகக் கூறிவிடுங்கள்.

வெளியில் எங்கு அழைத்துச் சென்றாலும் அதற்கான அனுமதியை உங்களிடம் பெற்றுவிட வேண்டும். அப்போது நீங்கள் வீட்டில் இல்லையென்றால் தொலைபேசியின் மூலமாகவாவது அனுமதி பெறவேண்டும்.

பாசத்தைக் குழந்தையிடம் கொட்ட வேண்டும் என்பதுகூட கட்டாயம் இல்லை. ஆனால் குழந்தை ஏதாவது விஷமம் செய்தாலோ, அசுத்தம் செய்தாலோ ஆயாவின் முகத்தில் வெறுப்பு பரவுகிறதா என்பதை அம்மா கவனிக்க வேண்டும். குழந்தை வளர்ப்பை மனத்தில் வெறுப்புடன் செய்யும் ஆயா ஏதாவது ஒரு சந்தர்ப்பத்தில் பொறுப்பில்லாமல் நடந்து கொண்டு அதனால் குழந்தைக்கு அபாயம் ஏற்படும் வாய்ப்பும் நேரலாம்.

குழந்தையிடம் மிகவும் ஒட்டிக்கொண்டு பாசத்துடன் பழகும் ஆயாக்களைக் கண்டு அம்மாவுக்கு மகிழ்ச்சியாகத்தான் இருக்கும். தன் பொறுப்புகளை இன்னொருவர் உவப்புடன் செய்தால் மகிழ்ச்சிதானே.

ஆனால் ஆயாவிடம் ஒட்டிக்கொண்டு 'நான் உன்கிட்டே வரமாட்டேன்' என்று தன்னிடமே குழந்தை சொன்னால் அம்மாவின் நிலை?

குழந்தை கோவர்த்தனை கவனித்துக்கொள்ளும் ஆயாவாக செங்கமலத்தை நியமித்து மூன்றே மாதங்கள் ஆகி இருந்தன.

கோவர்த்தனின் அப்பா ஒரு மென்பொருள் நிறுவனத்தின் உயர் அதிகாரி. கோவர்த்தனின் அம்மா வித்யா ஒரு தனியார் நிறுவனத்தின் மக்கள்தொடர்பு அதிகாரி.

இருவருமே காலையில் அவரவர் வேலைக்குக் கிளம்பி னார்கள் என்றால் வீட்டுக்கு எப்போது வருவார்கள் என்பது நிச்சயமில்லை. இரவில்கூட அடிக்கடி ஹோட்டலில் சாப்பிடும்படி ஆகிவிடும்.

எனவே, குழந்தையைப் பார்த்துக்கொள்ள ஒரு ஆயாவை நியமிக்க வேண்டிய கட்டாயம். செங்கமலம் ஆயாவாக நியமிக்கப்பட்டாள். பார்க்கச் சுத்தமாக இருந்தாள். குழந்தையை அவள் தூக்கிக் கொண்டபோது, அதில் பாசம் தெரிந்தது.

வீட்டில் உள்ள அறைகளை எல்லாம் பூட்டிவிட்டு, கூடத்தை மட்டும் செங்கமலத்துக்குத் திறந்து வைத்துவிட்டு கிளம்பி விடுவார்கள். செங்கமலம் மிகவும் ஒட்டுறவோடு குழந்தை யிடம் பழகினாள். 'அப்பாடா, ஒரு பிரச்னை தீர்ந்தது' என்று வித்யா சந்தோஷப்பட்டாள். ஆனால் புதிதாக ஒரு பிரச்னை தலைகாட்டத் தொடங்கி இருந்தது.

'வித்யா, நீ ஒண்ணை கவனிச்சியா? செங்கமலத்துக்கிட்ட இருக்கும்போது குழந்தை என்னிடம் வரமாட்டேங்கிறான்' என்றான் ஸ்ரீராம் மெதுவாக. வித்யாவுக்கும் இதேபோன்ற அனுபவம் சமீபகாலமாக ஏற்பட்டு வந்தது. செங்கமலம் இல்லாதபோது தன்னிடம் ஒட்டுதலாக இருக்கும் கோவர்த்தன், அவள் இருக்கும்போது தன்னை இரண்டாவ தாகத்தான் கருதுவதாகப்படுகிறது.

'இதை இப்படியே வளரவிட்டால் நிலைமை கைமீறிப் போய்விடுமோ? என் மகனின் வாழ்க்கையில் எனக்கு முதலிடம் வேண்டாமா?'

ஒரு சந்தர்ப்பத்தில் செங்கமலம் 'என்னம்மா இந்த பிஸ்கெட்டைப்போய் வாங்கிட்டு வந்திருக்கீங்களே! நம்ம கோவர்த்தனுக்கு இது பிடிக்காதே' என்றாள்.

'வாயை மூடு. எனக்கு எல்லாம் தெரியும்' என்று கத்தினாள் வித்யா. தன் குழந்தையைப்பற்றி தன்னைவிட ஆயாவுக்கு அதிகமாகத் தெரிந்திருக்கிறது என்பது ஒரு காரணம். 'நம்ம கோவர்த்தன்' என்ற செங்கமலத்தின் வார்த்தைப் பிரயோகம் மற்றொரு காரணம்.

ஏதோ சினிமாக்களில்தான் காதல் முக்கோணம் என்பதில்லை. குடும்பங்களிலும் இதுபோன்ற பெற்றோர் - குழந்தை - ஆயா என்ற முக்கோணம் உருவாகக்கூடும். இதைச் சரியாகக் கையாளவில்லை என்றால் மன உளைச்சல்தான்.

ஆயாவிடம் வளர்ந்த பல குழந்தைகள், வளர வளர அவர்களின் மீது கொண்ட பிடிப்பை நீக்கிக்கொண்டு விடுகிறார்கள் என்பதுதான் உண்மை. இதற்குப் பல காரணங்கள்.

குழந்தையை ஒன்றாம் வகுப்பில் சேர்த்த பிறகு பெரும்பாலும் பள்ளியோடு இணைந்த க்ரஷ்களில்தான் அவர்களை விடுகிறோம். ஒரு கட்டத்தில் ஆயாவின் தேவை மறைந்து விடுகிறது. என்னதான் குழந்தையும் ஆயாவும் ஒட்டிக் கொண்டு இருந்தாலும் தனித்தனியாகப் பிரிந்த பிறகு அந்த நேசம் தானாகக் குறைந்துவிடும். கொஞ்ச நாட்களுக்கு அழுதாலும் நண்பர்கள், விளையாட்டு, பொம்மைகள் என்று குழந்தைகள் கவனம் திசை திரும்பிவிடும். அதற்குப் பிறகு அடித்தாலும் உதைத்தாலும் அம்மாதான். அல்லது அப்பா. ஆயாவும் வேறிடத்தில் வேலைக்குச் சென்ற பிறகு புதிய குழந்தையிடம் அன்பாக இருந்து பிரிவை மறக்கத் தொடங்குவாள்.

ஆக குழந்தையிடம் பாசமாக இருக்கும் ஆயாவை நினைத்துப் பெருமைப்படுங்கள். அவளை உற்சாகப்படுத்துங்கள். சம்பளத்தை அதிகப்படுத்தினால் போதாது. 'நீ மட்டும் இல்லேன்னா நான் தவிச்சிப் போயிருப்பேன்' என்று அவ்வப்போது கூறுங்கள் (அதுதானே உண்மை?).

இரவில் குழந்தைக்காகக் கொஞ்ச நேரமாவது ஒதுக்குங்கள். பாசம் நிச்சயம் மலரும்.

சில வீடுகளில் ஆயாவின் பங்கு தேவைக்கு அதிகமாக இருந்துவிடும். இரண்டு வயது குழந்தைக்குக் காற்றோட்டமான பருத்தி ஆடையை அணிவிக்கச் சொல்லி அம்மா கூற, 'சிகப்பு சட்டையைத்தான் போட்டுக்கொள்வேன்' என்று குழந்தை அடம் பிடிக்கலாம். அவன் அணிய விரும்புவது காற்று கொஞ்சம்கூட உள்ளே நுழையாத சட்டை. கோடைக்காலத்தில் அதை அணிந்தால் நிச்சயம் தோலுக்கு ஏதாவது பாதிப்பு ஏற்படும்.

அப்போது ஆயா 'குழந்தை ஆசைப்படற சட்டையையே போட்டுடலாம்' என்று செயல்பட்டால், அம்மா கண்டிப்பு காட்டலாம். குழந்தைக்கு இப்படிப் போக்கு காட்டி கடைசியில் பருத்தி உடையைத்தான் ஆயா அணிவிக்கப் போகிறாள் என்றால் அது வேறுவிஷயம். அப்படி இல்லையென்றால் அம்மா கண்டிப்பு காட்ட வேண்டும்.

இதுபோன்ற சந்தர்ப்பங்களில் தனது பேச்சை அலட்சியப் படுத்துவதாக ஆயா நினைக்கக் கூடாது. நீங்கள் அவள் கூறுவதை மறுப்பதற்கான காரணத்தையும் சொல்லி விட்டால் மனக்கசப்பு ஏற்படாது.

குழந்தையின் ரத்தப்பிரிவு என்ன, ஏற்கெனவே குழந்தைக்கு வலிப்புநோய் ஏற்பட்டிருந்தால் அதற்கு என்னென்ன மருந்துகள் அளிக்கப்பட்டன என்பதுபோன்ற மருத்துவ விவரங்களையும், குழந்தை மற்றும் அப்பா அம்மாவின் அலுவலக முகவரிகள் மற்றும் தொலைபேசி எண்களையும் தெளிவாக எழுதி வீட்டில் ஓரிடத்தில் மாட்டிவிட வேண்டும். ஆயாவுக்கும் இது குறித்து சொல்லிவிட வேண்டும்.

ஆயாவுக்குக் கடும் காய்ச்சல் என்றாலோ எக்கச்சக்க ஜலதோஷம் என்றாலோ 'என்ன செய்ய, ஆபீஸுக்கு லீவு போட முடியாதே' என்றபடி குழந்தையைப் பார்த்துக் கொள்ள அப்போதும் ஆயாவையே விடுவது நல்லதல்ல. அதுவும் ஒரு வயதுக்குட்பட்ட குழந்தை என்றால் இதில் வேறு சில அபாயங்களும் உண்டு. எனவே, குழந்தையின் அம்மாவோ அப்பாவோ அப்போது விடுப்பு எடுத்துக் கொண்டுதான் ஆகவேண்டும். அல்லது நம்பகமான உறவினர் அல்லது நண்பர் வீட்டில் குழந்தையை அங்கு விட்டுச் செல்லலாம்.

கொஞ்சம் வளர்ந்த குழந்தை என்றால் 'இன்னிக்கு எங்கேயாவது வெளியிலே போனியா?' என்று கேளுங்கள். ஆயா குழந்தையை எந்த இடங்களுக்கு அழைத்துச் சென்றிருக்கிறாள் என்பது விளங்கிவிடும். தவிர்க்க வேண்டிய இடம் என்றால் ஆரம்பத்திலேயே தடைபோட்டு விடலாம்.

திடீரென்று குழந்தையின் போக்கில் ஒரு மாறுதல். வழக்கத்துக்கு மாறாக சோர்ந்து காணப்படுகிறது. காய்ச்சல், சளி போன்ற எதுவும் இல்லை என்றால் குழந்தை மனத்தளவில் பாதிக்கப்பட்டிருக்கிறது என்று பொருள். குழந்தையை மிரட்டி பயமுறுத்தும் பழக்கம் ஆயாவுக்கு இல்லையா என்பதை உறுதி செய்துகொள்ளுங்கள். குழந்தையிடம் சாமர்த்தியமாகச் சில கேள்விகளைக் கேட்பதன் மூலம் இதை அறிந்து கொள்ளலாம்.

சிலபேர் 'எங்க வீட்டு ஆயாவை முழுசாக நம்பலாம்' என்றபடி பீரோவை எல்லாம் திறந்து போட்டுவிடுவார்கள். மனிதமனம்தானே. அவள் வீட்டில் ஒரு பெரும் தேவை ஏற்படும்போது, ஆயாவின் மனம் மாறக்கூடும். எனவே, இதுபோன்ற எண்ணமாற்றத்தைத் தூண்டும் வகையில் நாம் இருந்துவிடக்கூடாது.

அம்மாவின் பணிகளில் கணிசமானவற்றை ஆயா செய்ய வேண்டியிருக்கிறது. அதற்குரிய மரியாதையை ஆயாவுக்குக் கொடுக்கத்தான் வேண்டும். அதேசமயம் மறைமுகக் கண்காணிப்பை நிறுத்திவிடாதீர்கள்.

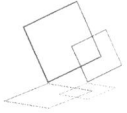

26. குழந்தைகளிடம் தெய்வ நம்பிக்கை

வருங்காலத்தில் தன் குழந்தை நல்லொழுக்கத்துடன் விளங்கவேண்டும் என்று எந்தத் தாய்தான் விரும்பமாட்டாள்?

அப்படி ஒழுக்கத்துக்கு வித்திடக் கூடிய சாதனங்களில் கடவுள் நம்பிக்கைக்கு முக்கிய இடமுண்டு. சின்ன வயதில் ஆழமான கடவுள் நம்பிக்கைக் கொண்டவர்கள் பெரியவர்கள் ஆனபிறகும் குற்றங்களைப் புரியத் தயங்குவார்கள் என்பதை மனநல நிபுணர்களே கூட ஒப்புக்கொள்கிறார்கள்.

வன்முறை எண்ணங்களைக் குறைப்பதிலும் கடவுள் நம்பிக்கைக்குப் பங்கு உண்டு. சக மாணவனால் அடிக்கப்பட்டால் கூட, 'அவனை சாமி தண்டிப்பார்' என்று அமைதி பெறும் குழந்தைகள் ஏராளம்.

கடவுளைப் புரிந்துகொள்ளும் அளவுக்குக் குழந்தைகளின் மனம் பக்குவப்பட்டிருக்குமா? கடவுளைப்பற்றி அம்மா குழந்தைக்கு எப்படி அறிமுகம் செய்யலாம்? எந்த வகையில் அறிமுகம் செய்தால் பலன் அதிகமாக இருக்கும்? இதோ சில ஆலோசனைகள்.

1. தன்னம்பிக்கையை வளர்க்க தெய்வ நம்பிக்கை உதவட்டும்:

'தனியாக இருக்கப் பயமாக இருக்கா? யார் சொன்னது நீ தனியாக இருப்பதாக? கடவுள் உனக்குக் காவல் இருக்கிறாரே' என்பதுபோல், குழந்தையின் தன்னம்பிக்கை அதிகரிக்கச் செய்யும் சக்தியாக இறைவனை அறிமுகப் படுத்துங்கள்.

எவரெஸ்டின் உச்சியைத் தனியாகவே அடைந்த ஒருவர் 'சின்ன வயதிலிருந்தே கடவுள் நம்பிக்கை எனக்குள் ஊறிப் போயிருந்ததால் மலையேறும்போது நான் தனிமையை உணரவில்லை. என் கூடவே கடவுளும் வந்து கொண் டிருந்ததாக நம்பினேன்' என்றிருக்கிறார்.

இருண்ட பகுதியிலும் கடவுளின் நாமத்தைக் கூறியபடி தைரியமாகச் செல்லும் சிறுவன், பலத்த இடியின்போதும் 'அர்ஜுனா'ன்னு சொல்லிக்கிட்டே இருந்தால், இடி ஒண்ணும் செய்யாதுன்னு அம்மா சொல்லியிருக்காங்க' என்று கலங்காதிருக்கும் சிறுமி - இவர்களெல்லாம் இறை உணர்வு தன்னம்பிக்கையையும், அச்சம் இல்லாமல் இருக்கும் தன்மையையும் இளம் மனங்களில் நிச்சயம் விதைக்கின்றன என்பதற்கான எடுத்துக்காட்டுகள்.

2. இறைவன் விதியைவிட மதியை அதிகம் மதிக்கிறார்:

'கடவுள் எழுதின தலைவிதின்னு ஒண்ணு இருக்கே. அதை மாத்த முடியாது' என்பது போன்ற எண்ணங்களை விதைக்க வேண்டாம். சொல்லப்போனால் அப்படிக் குழந்தைகள் எதிரே பெரியவர்கள் பேசிக் கொள்வது தவறு. 'என்ன படித்தாலும் எனக்கு விதித்திருக்கும் மதிப்பெண்கள்தான் கிடைக்கப் போகுது' என்று தேர்வு சமயத்தில் அவர்கள் மெத்தனமாக இருந்துவிட வாய்ப்பு உண்டு.

'கடவுள் உனக்குக் கைகொடுப்பார். ஆனால் அதைப் பிடித்துக்கொண்டு கரையேற முதலில் உன் கையை நீ நீட்ட வேண்டுமில்லையா?' என்று விளக்குங்கள். 'தீவிர உழைப் பாளிகளுக்குத்தான் கடவுள் அருள் உண்டு. எனவே, உன் கடமையை கவனத்துடன் செய்' என்று அடிக்கோடிட்டுக் கூறுங்கள்.

3. கதைகள் நல்ல களம்

மதம் தொடர்பான கதைகள் பல உண்டு. அவற்றில் சரித்திரமும் சுவைக்காகச் சேர்க்கப்பட்ட கற்பனையும் இணைந்திருக்கும் வாய்ப்பு அதிகம். குழந்தைக்கேற்ற வகையில் எளிமையான, மனத்தைத் 'திசைதிருப்பாத' கதைகளைத் தேர்வு செய்வதில் கொஞ்சம் சாமர்த்தியம் காட்டுங்கள்.

'பெற்றோர் சொல்வதைத் தட்டக்கூடாது' என்று நீங்களே உங்கள் குழந்தைக்குப் போதிப்பதில் சங்கடமும் இருக்க லாம்; பலனும் குறையலாம். ஆனால் ராமரின் கதையைக் கூறும்போது, 'பெற்றோரிடம் கீழ்ப்படிதல்' என்ற பண்பு தானாக மனத்தில் பதியும்.

4. எதிர்மறை இமேஜ் வேண்டாம்:

ஒன்றை வேண்டாம் என்னும்போது, அதைச் செய்ய முயற்சிப்பதுதான் மனித இயல்பு. 'இது என்னால் முடியும்' என்ற நம்பிக்கை கொண்டவர்கள் வெற்றிகளைக் குவிப் பதும், 'இது என்னால் முடியுமா?' என்ற சந்தேகத்தையே மனத்தில் நிரப்பிக்கொண்டவர்கள் தோல்வியைச் சந்திப்பதும் இதன் காரணமாகத்தான். 'நீ மற்றவர்களுக்குக் கெடுதல் செய்தால் கடவுள் தண்டிப்பார்' என்பதைவிட, 'நீ பிறருக்கு நல்லது செய்யச் செய்ய கடவுள் உனக்கு மேலும் நெருக்கமானவராவார்' என்று கூறலாமே.

5. அன்புக்கும் உண்டோ அடைக்கும் தாழ்?

'சிறுவயதில் தெய்வத்திடம் பயபக்தி இருக்கும். வளர வளர மனம் பக்குவப்பட பயம் மறையும். பக்தி நிலைக்கும்' என்றார் கிருபானந்த வாரியார்.

'பாவம் செய்தால் கொதிக்கும் எண்ணெய்க் கொப்பரையில் போடுவாங்க' என்பது போன்ற பயமுறுத்தலான எண்ணங் கள், தவறு செய்யவிடாமல் குழந்தைகளைத் தடுக்கும் என்பவர்கள் உண்டு. இது ஓரளவு உண்மையென்றாலும் பூப்பறிக்கக் கோடாரி எதற்கு?. 'அன்பே சிவம்', 'வருத்தப் பட்டு பாரம் சுமக்கிறவர்களே நான் உங்களுக்கு இளைப் பாறுதல் தருவேன்' என்பதுபோன்ற வாசகங்கள்

இறைவனின் மேன்மையை மென்மையான முறையில் உணர்த்துகின்றன. இறைவனை எண்ணும்போது பய உணர்வைவிட, நேச உணர்வு உண்டாவதே அதிகப் பலனளிக்கும்.

6. ஆறுகள் சேர்வது கடலில்:

உங்கள் மதத்தின் அருமைகளை எடுத்துக் கூறுங்கள். ஆனால் பிற மதங்களை கேலி அல்லது அலட்சியத்துக்குரியவையாக ஒருபோதும் சித்திரித்து விடாதீர்கள். 'மனிதம்' என்பதில் அடங்கியதுதான் 'மதம்' என்பதை மறக்காமல் நினைவு படுத்துங்கள்.

'மாதா பிதா குரு தெய்வம்' என வரிசைப்படுத்துவார்கள். குழந்தை பிறந்தவுடன் தன் தாயை அறிந்து கொள்கிறது. அவரது அறிமுகத்தால் தந்தையை அறிகிறது. பெற்றோர் அவனை குருவிடம் ஒப்படைக்க, அவர் தெய்வ நம்பிக்கையைக் குழந்தையிடம் வளர்க்கிறார்.

கடவுள் நம்பிக்கையை ஆசிரியர் வளர்த்தாலும் சரி. பெற்றோர் வளர்த்தாலும் சரி. மேற்கூறிய கண்ணோட்டங் களை நினைவில் கொள்வது நல்லது.

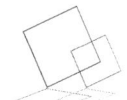

27. குண்டுக் குழந்தைகள்

முப்பது வயதில் எனக்கு ஒரு நண்பர் இருக்கிறார். வசதிக்காக அவர் பெயரை தினேஷ் என்று வைத்துக்கொள்வோம் (உண்மைப் பெயரை குறிப்பிட்டால் நட்பு முறிந்து போகும்).

தினேஷ் பணக்கார வீட்டுப்பிள்ளை. பரம்பரை பரம்பரையாகப் பணக்காரர்கள் என்று சொல்ல முடியாது. அவன் அப்பா வாழ்க்கையில் அடித் தட்டிலிருந்து உழைத்து முன்னுக்கு வந்தவர். அவரது கடும் உழைப்புதான் அவரைப் பல லட்சங்களுக்கு அதிபதியாக்கியது.

ஹோட்டலுக்குப் போனால் இரண்டாவது அயிட்டம் வேணுமா வேண்டாமா என்று நான் யோசிப்பேன். தினேஷ் வேறுவகை. 'தோசை, பூரி, பஜ்ஜி என்று சாப்பிட்ட பிறகு, சர்வர் 'காபியா, பில்லா?' என்று நம்பிக்கையுடன் கேட்பார்.

'அதெல்லாம் அப்புறமா. வேறென்ன டிபன் அயிட்டம் சூடா இருக்கு?' என்பான் தினேஷ். 'பார்சல் செய்யணுமா?' என்பார் சர்வர், அப்போதும் நம்பிக்கை வராமல். 'அதெல்லாம்

இல்லை. இங்கே சாப்பிடத்தான்' என்று அழுத்தந்திருத்தமாகக் கூறுவான் தினேஷ்.

ஒருமுறை தனிமையில் 'ஹோட்டலிலே நாலு பேர் பாப்பாங்களேங்கறதுக்காக கொஞ்சம் கம்மியா சாப்பிடு வேன். வீட்ல குறைந்தது பதினெட்டு இட்லி சாப்பிடுவேன். சப்பாத்தி செய்தால் ஒரு டஜனாவது உள்ளே தள்ளுவேன்' என்றான். எனக்கு வியப்பு தாங்கவில்லை.

குழந்தைகள் நலம் தொடர்பான இந்தத் தொடரில் முப்பது வயது தினேஷ் குறித்து எதற்கு விளக்கம் என்று நீங்கள் யோசித்திருக்கலாம். அது முப்பதில் வந்து சேர்ந்த பழக்கம் அல்ல, மூன்றில் தொடங்கப்பட்ட பழக்கம் என்பதால்தான் இதைக் குறிப்பிடுகிறேன்.

சிறு வயதிலேயே தினேஷ் அழகாக இருப்பான். தவிர அடம் பிடித்துக்கொண்டு அவன் அப்பாவின் அலுவலகத்துக்கும் அடிக்கடி சென்றுவிடுவான். அப்பா ஜெனரல் மேனேஜர் என்பதால் அலுவலகத்தில் நிறைய வேலை இருக்கும். எனவே, வேறு யாராவது குழந்தை தினேஷை பார்த்துக் கொள்வார்கள்.

முதலாளியின் குழந்தையைத் திருப்திப்படுத்த வேண்டும் என்ற எண்ணம் காரணமாக ஆளாளுக்கு சாக்லெட், சிப்ஸ் என்று அவனுக்கு வாங்கிக் கொடுப்பார்கள். அப்போது தொடங்கியதுதான். அவனது உடலில் 'தேவை எக்கச்சக்க உணவு' எனும் உணர்வு!

போதாக்குறைக்கு தினேஷுக்கு சிதம்பரத்தில் ஒரு அத்தை இருந்தாள். பள்ளி விடுமுறை என்றால் தினேஷைத் தன்னோடு அழைத்துச் சென்றுவிடுவாள். குழந்தைப்பேறு இல்லாத அவளுக்கு தினேஷின் மீது கொள்ளைப் பிரியம். தவிர, வேலைப் பளு காரணமாக தினேஷின் அப்பாவால் தன் அக்காவை அடிக்கடி பார்க்க முடியவில்லை. ஆக தம்பியின் மீது கொண்ட பாசத்தையும் அவன் மகனான தினேஷ் மீது வெளிப்படுத்தினாள். ஆனால் அவள் பாசத்தை வெளிப் படுத்திய விதம்தான் ஆபத்தானது.

'சின்னக்குழந்தைக்கு நெய் நிறையத்தான் சேர்க்கணும். அதுவும் எங்க குட்டி தினேஷுக்கு நெய்ன்னா உயிர்'

என்றபடி ஒவ்வொரு வேளையும் நான்கு ஸ்பூன் (ஸ்பூனா அது? சின்னக் கரண்டி) நெய்யை ஊற்றுவாள்.

அவள் இருந்த தெருவின் முனையில் ஒரு பேக்கரி. 'அத்தை எனக்கு ஒரு பன்பட்டர்ஜாம் வேண்டும் என்று கேட்டால், 'ஒண்ணு என்னடா கண்ணு மூணு வாங்கிக்கோ' என்றபடி, கடைக்காரரிடம் 'எங்க தினேஷுக்கு பன் ப்ரெஷ்ஷா இருக்கணும். நிறைய வெண்ணெயும், அதிகப்படி ஜாமும் தடவுங்க. விலை கொஞ்சம் அதிகமானாலும் பரவாயில்லை' என்பாள்.

ஆக மிக அதிகமான உணவு, தினமும் சேரும் எக்கச்சக்கமான கலோரி ஆகியவை தினேஷுக்கு வாடிக்கை ஆகிப்போனது. அவன் எடை நாளுக்குநாள் அதிகமானது. பசி என்றால் அப்படி ஒரு பசி.

வயதான பிறகும் இது மாறவில்லை.

இந்த விதத்தில் தினேஷின் பெற்றோர் மீதும் குறை உண்டு. நிறுவன ஊழியர்களும், அத்தையும் அளவுக்கதிகமான உணவு அயிட்டங்களை தினேஷுக்குக் கொடுப்பது தெரிந்தும் ஏதேதோ காரணங்களுக்காக அதைக் கண்டு கொள்ளாமல் இருந்துவிட்டார்கள். விளைவு? தினேஷின் உடல் பக்கவாட்டில் வெகுவேகமாகப் பருத்துக்கொண்டு போயிருக்கிறது.

இது தொடர்ந்தால் இதயநோயிலிருந்து நீரிழிவு நோய் வரை எதுவேண்டுமானாலும் உங்களுக்கு வரலாம் என்று டாக்டர் எச்சரிக்க, வேறுவழி இல்லாமல் தினமும் வாக்கிங் போகத் தொடங்கி இருக்கிறான் தினேஷ். ஆனால் உணவைக் குறைத்துக்கொள்ளத்தான் மிகவும் கஷ்டப்படுகிறான்.

தினேஷின் பெற்றோர் செய்த தவறை நீங்கள் ஒருபோதும் செய்யாதீர்கள். உங்கள் குழந்தைக்கு கலோரி அதிகமான உணவுப்பண்டங்களைத் தொடர்ந்து அளித்து வருவதாகத் தெரிந்தால், உடனடியாக அதற்குத் தடைபோடுங்கள். அதைவிட முக்கியமாக நீங்களே உங்கள் செல்லக் குழந்தைக்கு மாறிமாறி எதையாவது திணித்துக் கொண் டிருக்காதீர்கள்.

கொழுகொழு என்று இருக்கும் குழந்தை பார்க்க அழகுதான். ஆனால் வளர்ந்த பிறகும் இப்படி இருந்தால்? தவிர இது அழகு தொடர்பான விஷயம் மட்டுமல்ல. உடல்நலத்துக்கு பெரிதும் பாதிப்புகளை ஏற்படுத்தக்கூடிய விஷயமும் கூட. பிறரது கிண்டலுக்குத் தொடர்ந்து ஆளாவதால் மனநலமும் பாதிக்கப்பட வாய்ப்பு உண்டு. எனவே, அம்மா கண்டிப்புடன் இருக்க வேண்டிய விஷயம் இது.

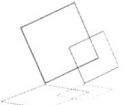

28. படிக்க வையுங்கள்

உங்கள் குழந்தைகளுக்குப் படிக்கும் பழக்கம் வளர வேண்டுமானால் அதற்கு நீங்கள் போதிய ஊக்கம் தர வேண்டும். இதைச் சொன்னால் 'நாங்களா ஊக்கம் தராமலிருக்கிறோம்? படி, படி என்று அடிக்கடி சொல்கிறோம். நன்றாகப் படித்தால் அவர்களுக்குப் பிடித்த ஒரு பொருளை வாங்கித் தருகிறேன் என்று ஆசை காட்டுகிறோம். போதாக்குறைக்கு வண்ணச் சித்திரங்கள் வரையப்பட்ட பெரிய எழுத்துப் புத்தகங்கள் எல்லாம் வாங்கித் தரு கிறோம். இத்தனை செய்தும் என் குழந்தை களுக்குப் படிப்பதில் ஆர்வம் இருந்தால் தானே?' என்று பல பெற்றோர்கள் பொரிந்து தள்ளக்கூடும்.

இவை தவறான நம்பிக்கைகள் என்றால் நம்பு வீர்களா? அதாவது 'வண்ணப் படங்கள் கொண்ட புத்தகங்கள் குழந்தைகளை அதிகம் கவரும். பெரிய புத்தகங்கள் என்றால் அவர்கள் அதிகம் விரும்புவார்கள். நீளமான கதைகளை விட, சின்னக் கதைகள் அவர்களுக்கு அதிகம் பிடிக்கும் என்பதெல்லாம் தவறான நம்பிக்கை கள்தான். இதுகுறித்து நடைபெற்ற சில ஆராய்ச்சிகள் வேறுமாதிரி கூறுகின்றன. 'என்

புத்தகங்களில் படங்கள் இருப்பதை நான் விரும்பவில்லை. ஏனென்றால் அவை என் கற்பனையைக் கெடுத்துவிடு கின்றன' என்றாள் ஒரு 13 வயதுச் சிறுமி. 'நான் சூரிய உதயத்தைப் பற்றி புத்தகத்தில் எழுதியிருப்பதைப் படித்து என்னென்னவோ அதைப்பற்றி மனத்தில் கற்பனை செய்திருப்பேன். தவறான வண்ணங்களைப் பயன்படுத்தி ஒரு வண்ண ஓவியம் 'சூரிய உதயம்' என்று புத்தகத்தில் வரையப்பட்டிருந்தால் எனக்கு எரிச்சல்தான் வருகிறது' என்றாள். மிகப் பெரிய சைஸ் எழுத்துக்கள் தன்னை சின்னக் குழந்தையைப்போல் உணரச் செய்வதாகக் கணிசமான பெரிய குழந்தைகள் தெரிவித்தார்கள்.

மற்றொரு சிறுமி 'பெரியவர்கள் குழந்தைகளைக் கேள்வி கேட்க வேண்டும். எப்போதும் பெற்றோர்கள் குழந்தை களுக்குப் பதில் சொல்வதையே பெரிய வேலையாக நினைக் கிறார்கள். அதற்குப் பதிலாக அவர்கள் எங்களை கேள்விகள் கேட்டால் புத்தகங்கள் படித்ததன் மூலம் நாங்கள் என்ன புரிந்து கொண்டோம் என்பதைப் பற்றி சொல்ல எங்களுக்கு ஒரு வாய்ப்பு கிடைக்குமில்லையா?' என்றாள்.

நியாயம்தான். அவர்கள் காமிக்ஸ் படித்தால் கூட சில நாட்டு மக்களின் பழக்கவழக்கங்களைப் புரிந்துகொண்டிருப் பார்கள். பள்ளி ஆசிரியர்கள் கூட படிக்கும் ஆர்வத்தைக் குழந்தைகளிடம் தூண்டுவதிலோ அல்லது அந்த ஆர்வத்தை வளர விடாமல் செய்வதிலோ பெரும் பங்கு வகிக்கிறார்கள். வசனங்கள் நிறைந்த நாடகங்களை மாணவர்களையே உணர்ச்சியுடன் படிக்க வைப்பதன் மூலம் அவர்களுக்கு ஆர்வம் உண்டாகலாம். கற்பனை கலந்து, உணர்ந்து படிக்கும்போது, அது மனத்தில் பதியும் விதமே அலாதிதான்.

குழந்தைகளின் பாடங்களைக்கூட பெற்றோர் ஏற்ற இறக்கங் களோடு படித்துக் காண்பித்தால், அதன் விளைவே தனி உற்சாகமளிக்கக்கூடியதாக இருக்கும்.

முதலில் குழந்தைகளுக்கு அவர்கள் விரும்பும் புத்தகங்களை வாங்கிக் கொடுங்கள். பிறகு அவர்கள் தானாகவே தாங்கள் 'படிக்க வேண்டிய' புத்தகங்களிலும் ஆர்வம் காட்டத் தொடங்குவார்கள். திணிப்பதால் அதன் மீது வெறுப்புதான் வரும்.

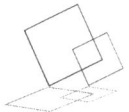

29. நச்சுவிதை வளர நாமே காரணமாவதா?

சில நாட்களுக்குமுன் ஒரு நண்பர் வீட்டுக்குப் போயிருந்தேன். அப்போது யாருக்கு ஓட்டுப் போட்டால் நல்லது என்ற பேச்சு வந்தது. 'எவனுக்குப் போட்டாலும் எதுவும் நல்லது நடக்கப் போவதில்லே. எல்லாருமே அயோக்கியப் பசங்க' என்று ஒரு குரல் கூறியது. நண்பரின் பத்து வயது மகன்!

முதல்முறை வாக்களிக்கும் டீனேஜர்கள் பலரும் இதுபோன்ற கருத்துகளைக் கொண் டிருப்பது ஓரளவு தெரிந்ததாகவே இருந் தாலும் இப்போது பத்து வயதுச் சிறுவனும் இப்படிப் பேசுவது வருத்தமாக இருந்தது - 'எவனுக்கு!'

அதைவிட அதிர்ச்சியாக இருந்தது, தங்கள் மகனின் பேச்சைப் பெருமைபொங்க நண் பரும் அவர் மனைவியும் ரசித்தது. போதாக் குறைக்கு 'சரியாத்தான் சொல்றான்' என்று தன் ஆமோதிப்பை வெளிப்படுத்தினார் அந்தப் பெண்மணி. இளம் வயதிலேயே குழந்தைகள் மனத்தில் சமூகத்தைப் பற்றிய ஓர் அலட்சியம் உண்டாக அப்பா அம்மாவே காரணமாக இருந்துவிடுகிறார்கள்.

தெருவில் தோண்டப்பட்ட பள்ளம் மீண்டும் சரிசெய்யப் படவில்லையா? நகராட்சியைப் பற்றிய மிக மோசமான விமர்சனத்தை அப்பா வெளியிடுவதைக் குழந்தை கேட்கிறது.

வீட்டில் மின்வெட்டு. 'ஈ.பி.க்கு ஃபோன் பண்ணுங்க' என்று அம்மா கூற, 'என்ன சொன்னாலும் அவனுங்க என்னவோ இப்போதைக்குச் சரிசெய்யப் போறதில்லை. ஃபோன் செய்வதெல்லாம் வேஸ்ட்' என்கிறார் அப்பா.

அரசியல்வாதிகள், அரசு நிறுவனங்கள் பற்றிய நமது விமர்சனம் சரியா தவறா என்பதைப் பற்றி நாம் இங்கு கூற வரவில்லை. ஒட்டுமொத்தமாக அவற்றைக் கேவலமாகக் குறிப்பிடுவது வீட்டில் உள்ள குழந்தைகளிடம் எத்தகைய தாக்கத்தை ஏற்படுத்தும் என்பதை எண்ணிப் பார்க்க வேண்டும். இதுபோன்ற விமர்சனங்களை நம் குழந்தைகளை வைத்துக் கொண்டே பேசுவது அவர்கள் மனத்தில் எப்படிப் பட்ட சமுதாய வெறுப்பையும், கையாலாகாத உணர்வையும் வளர்க்கிறது என்பதை மற்றவர்களைவிட அம்மா நன்கு புரிந்து கொள்ளவேண்டும்.

சமூகத்தில் உள்ள நல்லவற்றை (அவை குறைவாக இருக்க லாம் என்பது வேறு விஷயம்) எடுத்துக் காட்டாமல் அவற்றை அவர்கள் அறியும்படிச் செய்வதால் நச்சு எண்ணங்கள்தானே அவர்கள் மனத்தில் தேங்குகிறது! இதனால் ஆக்கபூர்வமான சிந்தனையை அவர்கள் இழப்பதுதானே உண்மை.

சொல்லப்போனால் பள்ளிக்கூடத்திலிருந்தே இந்தத் தவறான பழக்கம் தொடங்கிவிடுகிறது. 'அந்த ஸ்கூலிலே இவனுக்கு இடம் கிடைக்கல. அதனாலதான் வேற வழியில்லாம இந்த ஸ்கூலிலே சேர்த்தோம்' என்று பெற்றோர் தன் முன்னாலேயே மற்றவர்களிடம் சொன்னால் அதைக் கேட்கும் குழந்தைக்குத் தனது பள்ளிக்கூடத்தின் மீது மரியாதை தோன்றுமா?

'அங்குள்ள ஆசிரியர்களுக்கு விஷயஞானம் போதாது, 'ஸ்கூலா அது? பணம் பிடுங்கிப் பேய்கள், 'அங்கே எந்தவித எக்ஸ்ட்ராகரிகுலர் ஆக்டிவிடீஸூம் கிடையாது. ஆனா நன்கொடை வாங்கிக்க மட்டும் தெரியுதா என்றெல்லாம் வீட்டில் விமர்சனங்கள் எழும்போது, அந்தக் குழந்தைக்கும்

தன் பள்ளியின் மீதும் ஆசிரியர்கள் மீதும் ஒருவித வெறுப்பும் அலட்சியமும் தோன்றிவிடுகிறது. இதுதான் பின்னாளில் சமுதாயத்தின்மீதே அவநம்பிக்கைக் கொள்ளவும் முக்கியக் காரணமாகிறது.

முக்கியமாகப் பள்ளியைப் பற்றிய அவநம்பிக்கையைக் குழந்தையின் மனத்தில் ஒருபோதும் விதைக்கவே கூடாது. பகுத்தறியும் பக்குவத்தை முழுவதுமாகப் பெற்றிராத குழந்தைகளின் எதிரே பேசும்போது, கொஞ்சம் முன்னெச் சரிக்கை தேவை.

'இவன் என்ன படிச்சாலும் டொனேஷன் கொடுத்துத்தான் சேர்க்க வேண்டியிருக்கும்', 'இந்தக் காலத்திலே சிபாரிசு இல்லாமல் வேலை எங்கே கிடைக்கிறது?' என்பதுபோன்ற பேச்சுக்களை வீட்டில் அடிக்கடிக் கேட்க நேர்ந்தால் குழந்தையின் மனம் எப்படித் திரியும் என்பதை யோசிக்க வேண்டாமா?

எதிர்காலத்தைப் பற்றிய வளமான சிந்தனைகளைத்தானே குழந்தையின் மனத்தில் அம்மா விதைக்க வேண்டும்? 'அதற்காகக் கற்பனையான பொய்களைக் கூறி யதார்த்தத்தை மறைக்க வேண்டுமா?' என்று கேட்க வேண்டாம். தீமை களுக்கு நடுவே நல்லவையும் நிச்சயம் பூத்திருக்கும். அதையும் மறக்காமல் சுட்டிக்காட்ட வேண்டும் என்கிறோம்.

உங்களையும்மீறி (ஏதோ ஓர் ஆற்றாமையில்) பள்ளி குறித்தோ சமூகம் குறித்தோ மிகவும் எதிர்மறையான கருத்து வெளிப் பட்டு, அதைக் குழந்தை கேட்க நேர்ந்துவிடுகிறதா? அதே நாளில் பள்ளி குறித்தோ (அந்தப் பள்ளி இல்லையென்றாலும் பொதுவாகப் பள்ளிகள் குறித்தாவது) சமூகத்தில் உள்ள தொண்டு உள்ளங்கள் குறித்தோ பேசவும் மறக்காதீர்கள்.

'இருட்டைப் பழிப்பதைவிட ஒரு மெழுகுவர்த்தி ஏற்றுவது சிறந்தது' என்ற பழைய, ஆனால் தங்கமான பழமொழியை குழந்தைகளின் மனத்தில் விதைப்பதுதான் வருங்காலத்துக்கு நல்லது. ஆரோக்கியமில்லாத சிந்தனைப் பாதையில் நம் குழந்தைகள் போகக்கூடாது - அதற்கு அம்மாவே காரணமாக அமைந்துவிடக் கூடாது.

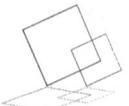

30. கனவுகள்... கற்பனைகள்

கையில் பொம்மைத் துப்பாக்கியை வைத்துக் கொண்டு குழந்தை எதிரில் இருப்பவர்களை சுடத் தொடங்கும். கூடவே வாயினால் 'டிஷ்யும் டிஷ்யும்' என்று துப்பாக்கியின் சத்தத்தை வேறு எழுப்பும். அம்மா மார்பைப் பிடித்துக்கொண்டு, நாக்கை வெளியே நீட்டிய படி போலியாக இறந்துவிட்டால் குழந்தை யின் முகத்தில் கொண்டாட்டம். மனம்விட்டு சிரித்தபடி 'அம்மா, எழுந்திரு. உடனே எழுந் திருக்கலேன்னா மறுபடியும் சுட்டுடுவேன்' என்று கூறும்.

அது மட்டுமல்ல, திடீரென்று கண்களை முழித்தபடி, கைவிரல்களை நீட்டியபடி 'நான் தான் ராட்சஸன்' என்று கர்ஜிக்கும். அடுத்த கணமே கையில் ஒரு சின்ன கோலை (வேல்!) எடுத்துக் கொண்டு 'நான் இப்ப முருகர்' எனக் கூறும். அப்பாவும் அம்மாவுமாக இருபுறத் திலும் வள்ளி, தெய்வானையாக நிற்க வேண்டிய அவசியமும் நேரலாம்.

'குழந்தைகளின் கற்பனைதானே. நிஜத்துக்கும் இதற்கும் தொடர்பே கிடையாது' என்று அம்மா நினைத்திருக்கலாம்.

'வாரிசே இல்லாத சித்தப்பா எனக்கு தன் சொத்தை எழுதி வைத்துவிட்டால்!' என்றோ, 'ஒருவேளைகூட மட்டம் போடாமல் முனியம்மா வேலைக்கு வந்தால் எப்படி யிருக்கும்!' என்றோ அம்மா யோசிப்பது மட்டும் என்ன? கற்பனைதானே? மாய உலகம்தானே?

கற்பனைகள் குழந்தையின் வாழ்க்கையில் ஒரு மிக முக்கியமான பகுதி.

மூன்று வயது நிறையும்வரை குழந்தை தன்னுடைய பொம்மையுடன் (அதற்கு உயிர் இருப்பதுபோல் நினைத்து) பேசிக்கொண்டிருக்கும். சமையலறை செட் மற்றும் தொலைபேசி பொம்மை ஆகியவற்றுடன்கூட குழந்தை பேசும்.

சுமார் நான்கு வயதாகும்போது, பெரும்பாலான குழந்தைகள் கற்பனை விளையாட்டுக்களை மிகவும் விரும்பத் தொடங்கு கின்றன. சும்மா கற்பனை மட்டுமல்ல. கூடவே அது தொடர்பான சின்னச்சின்ன விஷயங்களில்கூட கவனம் செலுத்தத் தொடங்குகிறார்கள்.

உதாரணமாக 'நான் நிலாவுக்குப் போறேன்' என்றபடி கிளம்பும் குழந்தை, தன் உடலைச் சுற்றி அதிகப்படியாக ஏதாவது ஒரு துணியை அணிந்துகொண்டிருக்கும் (விண் வெளி வீரரின் உடை!).

அல்லது 'நான் கிருஷ்ணர். ஆடுமாடு மேய்க்கப் போகிறேன்' என்றபடி கிளம்பும் குழந்தை, தன் கையில் நிச்சயமாக ஒரு சின்னக் கம்பை வைத்திருக்கும். புல்லாங்குழலாம்!

இதுபோன்ற கற்பனை உலக அனுபவங்கள் குழந்தையைப் பொறுத்தவரை சோதனை முயற்சிகள். 'ஐய, ராக்கெட் இல்லாம நிலாவுக்குப் போகமுடியுமா?' என்றோ, 'கிருஷ்ணர் இப்படித்தான் அழுக்கா இருப்பாரா?' என்றோ அம்மா சட்டெனக்கூறி குழந்தையின் கற்பனை வளத்தைக் கெடுக்கக்கூடாது.

ஏனென்றால் தனது பயங்களை போக்கிக் கொள்ளும் முயற்சியாகத்தான் குழந்தைகள் இதுபோன்ற கற்பனைகளில் ஈடுபடுகின்றன. கண்ணனாகத் தன்னை நினைத்துக்கொண்டு

காளிங்கனை ஜெயிப்பதாகக் கற்பனை செய்துகொள்ளும் போது, பாம்பைப் பற்றிய பயம் கொஞ்சம் குறைகிறது. கண்ணனாக என்றில்லை, ராட்சதனாகவே தன்னை உருவகித்துக் கொள்ளும்போதும் பயம் குறையத்தான் செய்கிறது.

சுவையான ஒரு கற்பனையை பெரும்பாலான குழந்தைகள் வளர்த்துக் கொள்கின்றன. முக்கியமாக, கற்பனை நண்பன் (இந்த நண்பன் ஒரு நாய்க்குட்டியாகவோ பூனைக் குட்டியாகவோ இருக்கலாம்). சிறுவர்களைவிட சிறுமிகள் அதிகம் இதுபோன்ற விளையாட்டுகளில் ஈடுபடுகின்றனர்.

'இந்தா, நீயும் சாப்பிடு' என்றபடி ஒரு கவளம் சாதத்தை குழந்தை ஒரு வெற்றிடத்தை நோக்கிக் கொடுப்பது அம்மா வுக்கு வியப்பாக இருக்கலாம். அம்மாவுக்கு அது வெற்றிடம். ஆனால் குழந்தையைப் பொறுத்தவரை அங்கே அதன் நண்பன் இருக்கிறான். எனவே, அம்மா இதையெல்லாம் கண்டுகொள்ளாமல் புன்னகைத்தபடி நகர்ந்துவிட வேண்டும்.

ஆனால் சிலசமயம் இந்தக் கற்பனை நண்பன்மீது அம்மாவுக்குக் கோபம்வர வாய்ப்பு உண்டு. 'அம்மா, என் ஃப்ரெண்டு கீர்த்தி குளிக்கமாட்டேன்னு சொல்றா. அதனாலே நானும் குளிக்கமாட்டேன்' என்று குழந்தை கூறலாம். அல்லது 'இவ வெளியே வரமாட்டாளாம். அதனாலே நானும் உன்கூட வெளியே வரமாட்டேன்' எனலாம்.

இந்தத் தன்மையெல்லாம் சீக்கிரம் மறந்துவிடக்கூடியவை என்பதை அம்மா புரிந்து கொள்ளவேண்டும். தன் கற்பனை நண்பன் மூலமாக நட்பை அடைய விரும்புகிறது குழந்தை என்பதைவிட, ஒருவிதப் பாதுகாப்பு உணர்வை அடைய விரும்புகிறது என்பதே உண்மை. நாளடைவில் பிற குழந்தை களுடன் கலந்து பழகும்போது - அதாவது உண்மையான நண்பர்கள் குழந்தைக்குக் கிடைக்கும்போது, கற்பனை நண்பன் தானாக மறைந்துவிடுவான்.

தன்னைச் சுற்றியுள்ள நிஜ வாழ்க்கையையும், குழந்தையின் விருப்பங்களையும் இணைக்கும் பாலம்தான் இதுபோன்ற கற்பனைகள்.

பல சத்தான விவரங்களை குழந்தையின் மனத்தில் பதிய வைக்க அம்மா இதுபோன்ற தருணங்களைப் பயன்படுத்திக் கொள்ளலாம். ' நிலாவுக்குப் போறியா? ராக்கெட்டிலே அங்கே போக எவ்வளவு நேரம் ஆகும் தெரியுமா? ஏற்கெனவே சில பேர் அங்கே போயிட்டு வந்திருக்காங்க தெரியுமா?' என்பதுபோல் தொடங்கி, பல விவரங்களை குழந்தையின் மனத்தில் பதியவைக்கலாம்.

குழந்தையின் மனத்தில் மிருகங்கள் இடம்பெறத் தொடங்கினால், விடுமுறை நாட்களில் மிருகக்காட்சி சாலைக்கு அழைத்துச் சென்று மிருகங்களைப் பற்றிய தெளிவான எண்ணங்களை அவர்கள் மனத்தில் உருவாக்கலாம்.

சிலசமயம் கொஞ்சம் வளர்ந்த குழந்தைகள்கூட கற்பனையை அதீதமாக வளர்த்துக்கொள்ளலாம். எட்டுவயதுச் சிறுமி தனது தோழியிடம் 'எங்கப்பா என்ன வெல்லாம் செய்வார் தெரியுமா? அவருக்கு இரண்டு தெருவே சொந்தம். எங்க வீட்டிலே ஒரு ரூம் முழுக்க என்னுடைய பொம்மைகள் இருக்கு' என்று தன் தோழிகளிடம் அளந்து கொண்டே போகலாம்.

ஆனால் இந்தக் கட்டத்தில் அம்மா புன்னகையுடன் நகரக் கூடாது. குழந்தையைத் தனியே அழைத்துச் சென்று 'இதோபாரு. நீ சொல்வதையெல்லாம் அவங்க நம்ப மாட்டாங்க' என்று எடுத்துச் சொல்லவேண்டும். நாலுபேர் நடுவில் இப்படிக்கூறாமல் தனிமையில்தான் கூறவேண்டும் என்பது மிக முக்கியம். அப்போதும்கூட 'நான் நம்ப மாட்டேன்' என்று அம்மா சொல்லவில்லை என்பதைக் கவனியுங்கள்.

சிலசமயம் எந்த நண்பரும் தனக்குக் கிடைக்காத காரணத்திலேயேகூட குழந்தை இப்படி நிறைய கற்பனை செய்யலாம். இந்த மன உணர்வைப் புரிந்துகொண்டு அம்மா ஒரு நட்பு வட்டத்தை உருவாக்கித் தரவேண்டியது அவசியம்.

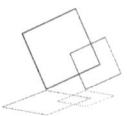

31. அத்தனையும் இருந்தும் அமைதி இன்றி...

எனக்குத் தெரிந்த ஒரு பெண்மணி எட்டு வருடங்களுக்கு முன்பு தன் கணவரை இழந்து விட்டார். அவர்களின் ஒரே மகள் ராதாவுக்கு இப்போது வயது பதினான்கு. கொள்ளை அழகு. புத்திசாலி. தேர்வுகளில் நிறைய மதிப்பெண்கள் வாங்குகிறாள். எப்படியும் மூன்று ராங்க்குக்குள் வந்துவிடுவாள். இனிமையான குரல். 'நிலா காய்கிறது. நேரம் தேய்கிறது. யாரும் ரசிக்கவில்லையே' என்ற பாடலை அனைவரும் ரசிக்கும்படிப் பாடு வாள். தனிமையிலும், தன் அம்மா மட்டும் இருக்கும்போதும் நடனம் கூட ஆடுவாள்.

ஆனாலும் ராதா அம்மாவின் மனத்தை ஒரு கவலை அரிக்கத் தொடங்கியிருக்கிறது.

அப்படியென்ன கவலை? 'தன் மகளுக்கு நாளுக்கு நாள் தன்னம்பிக்கை குறைந்து கொண்டு வருகிறது' என்பதுதான் அவள் கவலை.

இதைப் படிக்கும்போது, உங்களுக்கு நம்ப முடியாத ஓர் உணர்வு தோன்றலாம். அழகு, அன்பு, கலைகளில் திறமை இத்தனையும்

கொண்ட ஒரு பெண்ணுக்கு தன்னம்பிக்கைக் குறைவா? ஒருவேளை ஹார்மோன்கள் நடத்தும் கலவரமாக இருக்குமோ? இல்லை. ராதாவைப் பொறுத்தவரை இது முழுக்க முழுக்க மனவியல் தொடர்பானது.

ராதாவுக்கு வகுப்பில் சிநேகிதிகள் என்று யாருமே கிடையாது. தொடர்ந்து தன் கவலைக்கான காரணத்தை அம்மா விசாரித்தபோதுதான், இதை வெளிப்படுத்தினாள்.

'என்னைவிட கம்மியாகப் படிக்கிற பெண்களுக்கெல்லாம் ஃப்ரெண்ட்ஸ் இருக்காங்க. எனக்கு மட்டும் யாருமில்லே' என்று மகள் ஓவென்று அழ, 'நான் இருக்கேண்டா கண்ணு' என்று மகளின் முதுகைத் தடவிக் கொடுத்தாள் அவள் அம்மா.

ஆனால் இது நிச்சயம் தீர்வாக இருக்க முடியாது. அம்மாவின் அன்பு வேறு, தோழிகளின் நட்பு வேறுதான்.

ஒருவேளை சின்ன விஷயத்தைத் தன் மகள் பெரிதாக்கு கிறாளோ என்று அம்மாவுக்குச் சந்தேகம் தோன்றியது. அடுத்த சில நாட்களில் உணவு இடைவேளைகளில் ராதாவின் பள்ளிக்குச் சென்று கவனித்ததில் அம்மாவுக்கு ஒன்று புரிந்தது. 'மகள் கூறுவது உண்மைதான். அவளது சக வகுப்பு மாணவிகள் அவளைத் தவிர்க்கவே விரும்புகிறார்கள்'.

அம்மா என்ன செய்யலாம்? மகளின் வகுப்பில் படிக்கும் பிற மாணவிகளைத் தனிமையில் சந்தித்து 'ராதாவோடு சிநேக மாக இரு' என்று கூறலாமா? பலனிருக்காது. சொல்லப் போனால் இது பற்றித் தெரிய வரும்போது, ராதாவுக்குத் தன் அம்மாவிடம் கோபம் வர வாய்ப்பு உண்டு.

ராதாவின் வகுப்பு ஆசிரியையிடம் இது குறித்து அம்மா ஆலோசிக்கலாமா? தவறில்லை. ஆனால் அதற்குமுன் அந்த ஆசிரியையின் குணநலன்களைப் பற்றியும் கொஞ்சம் தெரிந்துகொள்ளுங்கள். ஏனென்றால் ஒருவேளை அந்த ஆசிரியை இந்த விஷயத்தை வகுப்பறையில் போட்டு உடைத்துவிட்டால் விளைவுகள் விபரீதமாகும்.

பின் அம்மா என்னதான் செய்ய முடியும்? எதையும் செய்வதற்கு முன்னால் அம்மா சில விஷயங்களைப் புரிந்து

கொள்ள வேண்டும். படிப்பு, அழகு போன்றவற்றில் சிறந்து விளங்குவதே கூட பிற மாணவிகளுக்கு அவளிடம் ஒருவித பொறாமை உணர்வைத் தூண்டியிருக்கலாம். அதுமட்டு மல்ல, இந்த உயர்வு மனப்பான்மை ராதாவின் மனத்திலும் இருக்க வாய்ப்பு உண்டு. 'என்னைவிட கம்மியாகப் படிக்கிற பெண்களுக்கெல்லாம் ஃப்ரெண்ட்ஸ் இருக்காங்க' என்று அவள் கூறியதே கூட இதற்கு ஓர் உதாரணம்தான். அதிகக் கல்வி அறிவு கொண்ட ஒரே காரணத்தால், தனக்குத் தோழிகள் அதிகமாக இருக்க வேண்டுமென்கிற எதிர்பார்ப்பு!

அம்மா ராதாவை அழைத்து இப்படி விவரமாகப் பேசினால் பலனிருக்கும். 'உன் வகுப்பில் மீதிப்பேருடன் பழகும்போது நீதான் சிறந்தவள் என்ற எண்ணம் எழாமல் பார்த்துக் கொள்ள வேண்டும். வகுப்பில் வேறொரு மாணவி டீச்சர் கேட்கும் கேள்விக்குப் பதில் தெரியாமல் விழிக்கும்போது சிரிக்கக் கூடாது. 'நான் சொல்றேன் டீச்சர்' என்று தானாக முன் வருவதுகூட வேண்டாம். அது பிற மாணவிகளுக்கும் உனக்கும் இடையே ஒரு தடுப்புச் சுவரை எழுப்பும்.

நீ உடனடியாகச் செய்யக் கூடியது இதுதான். யாரை உன் சினேகிதியாக்கிக் கொள்ள நினைக்கிறாயோ, அவளைத் தனியாகச் சந்தித்து 'நாம் ஃப்ரெண்ட்ஸாக இருக்கலாமா?' என்று கேள். அல்லது நேரிடையாக 'என்னை ஏன் உங்க குழுவிலே சேர்த்துக்க மாட்டேங்கறீங்க?' என்று கேட்டாலும் தப்பில்லை.

எப்படியும் அவங்க அதற்குப் பிறகு உன்கூட பழகத் தொடங்குவாங்க. அப்படி இல்லாமல் 'இதனால்தான் உன்னோடு நாங்கள் பழகுவதில்லை' என்று காரணங்களைக் கூறினால் அவற்றை யோசித்துப் பார். தவறுகளைத் திருத்திக் கொள்.

அதுமட்டுமல்ல. உன்னோடு அவர்கள் கலந்து பழகத் தொடங்கும் காலகட்டத்தில் உன்னை எதற்காவது விமர்சனம் செய்தால் உடனே முகத்தைத் தொங்கப் போட்டுக் கொள்ளாதே. அதையெல்லாம் ஜாலியாக எடுத்துக்கணும்.

எந்தமாதிரி விஷயங்களைப் பேசினால் மீதிப் பேரும் உற்சாகமாகக் கலந்துக்கத் தொடங்கறாங்க என்பதையும் யோசித்துப் பேசு. போகப் போக உனக்கு நிறைய

சிநேகிதிகள் கிடைப்பாங்க' என்று அம்மா ராதாவுக்கு நம்பிக்கை ஊட்டுவதே சிறந்த வழி.

மாறாக 'மத்தவங்க உன்கிட்டே பேசலேன்னா என்ன? அவங்களுக்குக் கர்வம். அவங்க இல்லேன்னா உனக்கு என்ன? உன் அழகுக்கு அவங்க உறைபோடக் காணுமா? உன் படிப்பிலே அவங்க கால்தூசு பெறுவாங்களா?' என்பது போல் மகளைச் சமாதானப்படுத்துவதாக எண்ணிப் பேசினால் அது ராதாவின் மனத்தில் தவறான எண்ணங்களை விதைக்கும். வருங்காலத்தில் நட்பு என்ற அழகான ஆதரவை அவள் இழந்துவிடுவாள்.

ராதாவைப் பொறுத்தவரை அவள் படிப்பைப் பற்றி அவள் அம்மா கவலைப்பட வேண்டியதில்லை. ஆனால் மோகனின் அம்மாவுக்கு அதுதான் கவலை. மோகனுக்கு ஒன்பது வயதாகிறது. நாலாம் வகுப்பு படிக்கிறான். துறுதுறுப் பானவன். பிறருடன் சுலபமாகக் கலந்து பழகுவான். தெரியாத விஷயங்களை அறிந்துகொள்ள வேண்டும் எனும் ஆசையும் உண்டு. பார்வைக்குறைபாடு காரணமாக மூக்குக் கண்ணாடி அணிந்திருக்கிறான் மோகன்.

எனினும் மோகனைப் பற்றி கவலைதரத்தக்க சில விஷயங் களும் உண்டு. சிலமுறை வலிப்புநோயால் தாக்கப் பட்டிருக்கிறான். என்றாலும் கடந்த இரண்டு வருடங்களாக அந்தப் பாதிப்பு நல்லவேளையாக இல்லை.

கையெழுத்து சகிக்கவில்லை. பாடங்களை மெதுவாகத்தான் கற்றுக் கொள்கிறான் என்பதில் அவன் அம்மாவுக்கு நிறையக் கவலை. மோகனின் அம்மா என்னதான் செய்யவேண்டும்?

ஒவ்வொரு குழந்தையும் ஒவ்வொரு மாதிரி. மோகனின் பலவீனங்களையே சுட்டிக் காட்டாமல் அவனது பலங்களை எடுத்துக்காட்டி அவனைப் பாராட்ட வேண்டும். அதுதான் அவன் தன்னம்பிக்கையை வளர்க்கும்.

படிப்பதிலும் எழுதுவதிலும் மிகவும் மந்தமாக இருக்கிறான் என்பது உறுதியானால் இதற்கென்றே சிறப்புக் கல்வி யாளர்கள் இருக்கிறார்கள். அவர்களது உதவியை நாட வேண்டும்.

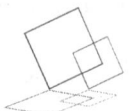

32. திக்கும் வாய், திணறும் மனம்

திக்குவாய்க்கும் நாக்கு நரம்புகளுக்கும் தொடர்பு உண்டா? இல்லை. திக்குவாய்க்கும் உடற்கூறுக்கும் தொடர்பு இல்லை. இது முழுக்க மனவியல் சம்பந்தப்பட்டதுதான். நாக்கு நரம்புகள் பாதிக்கப்பட்டால் சில குறிப்பிட்ட எழுத்துக்களை உச்சரிப்பதில் வேண்டுமானால் தெளிவில்லாமல் போகலாமே தவிர திக்குவாய் உண்டாவதில்லை.

திக்குவாய் ஏன் ஏற்படுகிறது என்பதற்குக் குறிப்பிட்ட எந்தக் காரணத்தையும் கூற முடியாது. பொதுவாக, திக்குவாய்க்காரர்கள் அதிகம் உணர்ச்சிவசப்படுபவர்களாக இருப்பார்கள். பேசும்போது அதிகப் பதற்றம் கொள்வார்கள். இந்தக் குறையை உணர்ந்து கொண்டதும் திக்கக்கூடாதே என்பதற்காகவே வேகமாகப் பேச்சை முடிக்கப் பார்ப்பார்கள். விளைவு? இக்குறைபாடு அதிகரிக்கும்.

திக்குவாய் பொதுவாக இரண்டிலிருந்து ஐந்து வயதுவரை உள்ள குழந்தைகளிடம் அதிகம் காணப்படுகிறது. இதற்கு முக்கியக்காரணம் அவர்கள் சந்திக்கும் புதுச் சூழ்நிலையாக

இருக்கும். திடீரென்று தாய் வேலைக்குப் போவது, அதுவரைத் தன்னைக் கவனித்துக் கொண்டிருந்த ஆயா வேலை நீக்கம் செய்யப்படுவது, புதிதாகச் சேர்க்கப்படும் பள்ளிக்கூடம் ஆகியவைகூட ஒரு குழந்தை திக்குவதற்குக் காரணமாக இருக்கலாம். இன்னொரு கவனிக்கத்தக்க அம்சம் என்ன வென்றால் அவர்கள் பாடும்போது திக்குவதில்லை. ஒரு குறிப்பிட்ட ராகத்தில் தன்னிச்சையாக வார்த்தைகள் வந்து விழும்போது தடங்கலே ஏற்படுவதில்லை.

திக்குவாய் சிறுவர்களின் வாழ்க்கைமுறையை நிச்சயம் பாதிக்கிறது. மிக அதிகமாகப் பேச்சின் வேகம் மாறுகிறது. தாழ்வு மனப்பான்மை ஏற்பட்டு, பேசுவதைத் தவிர்த்து சைகைகளில் அச்சிறுவன் இறங்கக்கூடும். தான் கேலியாக எண்ணப்படுவோமோ என்று மற்றவர்களிடமிருந்து விலகிப் போக ஆரம்பிக்கிறான்.

நம் குழந்தைக்குத் திக்குவாய் ஏற்பட்டால் என்ன செய்வது என்ற பதற்றம் தாயிடம் தோன்றலாம். குழந்தை பேசத் தொடங்கி ஒரு வாரம் வரையிலோ - ஏன் ஒரு மாதம் வரையிலோகூடப் பதற்றப்படவேண்டாம். ஏனென்றால் நடக்கும்போது விழுவதைப்போல் பேசும்போது திக்குவதும் குழந்தையின் வளர்ச்சிக் கட்டங்களில் ஒரு தாற்காலிக நிலைதான்.

இந்த நிலையில் அதிகமாகக் கவலைப்படுவதாலும், அந்தக் கவலையை குழந்தையிடம் வெளிக்காட்டுவதன் மூலமும் நாம் நிலைமையை மோசமாக்குகிறோம் என்பதை உணர வேண்டும். 'திக்கிப் பேசாதே சாதாரணமாகப் பேசு' என்றெல்லாம் கண்டிக்கக்கூடாது. திக்குவது தொடர்ந்தால் மனவியல் மருத்துவரை அணுக வேண்டும்.

திக்குவாய்க்கு எவ்வித சிகிச்சை அளிக்கப்படுகிறது?

திக்குவதின் காரணத்தை முதலில் அறிய முற்படுவார்கள். குழந்தைகளின் பெற்றோரிடம் பேசி அதிக விவரங்களை சேகரிப்பார் மருத்துவர். பொதுவாக, தன் குழந்தை திக்கிப் பேசுவதை பெற்றோர் அவமானமாகக் கருதி, அந்தக் குழந்தையையும் இதற்காக அவமானமடைய வைத்து விடுகின்றனர். இந்த எண்ணம் முதலில் மாறவேண்டும். பிறகு யோகா, தியானம், மூச்சுவிடும் பயிற்சி போன்றவை

மூலம் குழந்தையின் மன இறுக்கத்தைக் களைகிறார்கள். பின் சில கருவிகளை உபயோகித்து 'ஸ்பீச் தெரபி' எனும் முறையின் மூலம் சிகிச்சை அளிக்கப்படுகிறது.

திக்குவாய் தொடர்பான சில விவரங்கள்.

★ கூழாங்கல்லை வாயில் அடக்கிக்கொண்டு பேசுவதெல் லாம் திக்குவாயைக் குணமாக்காது.

★ சிறுமிகளைவிட சிறுவர்களே (1:9 என்ற விகிதத்தில்) மிக அதிகமாகப் பாதிக்கப்படுகின்றனர்.

★ மேஜையை அடித்துப் பேசுவது, அதிக சைகைகள் காண்பிப்பது ஆகியவற்றைத் திக்குவாய்க்காரர்கள் செய்வர். பேசும்போது அவர்களின் நாடி மற்றும் இதயத்துடிப்பு அதிகமாக இருக்கும்.

★ 'க்ளிக் சத்த சிகிச்சை' முறையில் திக்குவாய்ச் சிறுவனைப் பேசச் சொல்லி, பேச்சில் தடங்கல் ஏற்படும் போதெல் லாம் 'க்ளிக்' என்ற சத்தத்தைக் கருவியால் எழுப்புவார் டாக்டர். இந்தச் சத்தங்களின் எண்ணிக்கையைக் குறைக்கப் பேசுபவர் முயற்சி எடுக்கவேண்டும்.

★ மெட்ரோநோம் என்னும் கருவியை டாக்டர் அதிகம் பயன்படுத்துவதுண்டு. இதில் இருக்கும் முள், சப்த மிட்டவாறு அங்கும் இங்கும் ஆடும். இதன் வேகத்தை நாம் அதிகமாக்கவோ குறைக்கவோ முடியும். முதலில் குறைவான வேகத்தில் அதை ஓடவிட்டு அந்தத் தாளத்துக்கேற்பப் பேசச் சொல்வோம். திக்குவாயின் முக்கியக் காரணம் வேகமாகப் பேசுவது என்பதால், இந்த முள்ளின் ஒலிக்கேற்ப அவர்கள் ஒரே சீராக, நிதானத் துடன் பேசப் பயிற்சியளிக்கப்படுகிறார்கள்.

★ திக்குவாய் ஒரு பரம்பரை வியாதியல்ல. ஆனால் திக்குவாய்த் தந்தையைப் பார்த்து பார்த்து, பையனும் பழக்கத்தால் இக்குறையைத் தானும் வளர்த்துக் கொள்ளும் வாய்ப்புண்டு.

★ சிகிச்சைக்குப் பொதுவாக ஒன்றரை மாதங்களாகும். ஆனால் பல வருடங்களாகக் கவனிக்கப்படாத குறையாக இருந்தால் இந்தக் கால அளவு அதிகரிக்கும்.

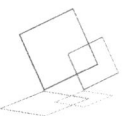

33. குழந்தைகள் தனியே விடப்படும்போது...

ஓரளவாவது விவரம் தெரிந்த குழந்தையாக - அதாவது பன்னிரண்டு வயதாவது நிரம்பியவனாக இருந்தால் மட்டுமே தனியாக விட்டு விட்டுப் போகலாம்.

வெளியே கிளம்பும்போது, 'வீட்டைத் திறந்து வச்சிட்டு எங்கேயாவது போயிடாதே ஆனந்த்' என்றோ, வீட்டில் தனியா இருக்கோம்கிற பொறுப்பு இருக்கட்டும் ரம்யா' என்றோ ஊரே கிடுகிடுக்கும்படி கத்தித் தொலைக்க வேண்டாம்.

சிறுவன் தனியாக இருப்பது தெருவுக்கே தெரியக்கூடாது என்பது எவ்வளவு அவசியமோ, அவ்வளவு அவசியம், நமக்குத் தெரிந்த அக்கம்பக்கத்திலுள்ள ஒரு குடும்பத்துக்காவது இந்த விஷயம் தெரிந்திருக்க வேண்டுமென்பது, முடிந்தபோது அவர்கள் வந்து கண்காணிக்க வாய்ப்பு உண்டு.

உங்கள் தொலைபேசி எண்களை பளிச்சென்று ஓரிடத்தில் எழுதி வைக்க மறக்க வேண்டாம். சிறுவனுக்கு இந்தத் தொலைபேசி எண்கள்

ஏற்கெனவே தெரிந்திருந்தால் கூட . மறந்துவிட வாய்ப்பு உண்டு.

தேவைப்படும் தின்பண்டங்களை அவன் கைக்கெட்டும் தூரத்தில் வைத்துவிட்டுச் செல்லுங்கள். 'கடையிலே ஏதாவது வாங்கிச் சாப்பிடு' என்ற கரிசனத்தோடு காசைக் கொடுக்கவும் வேண்டாம். கடைக்குப் போகும்போது கதவை அவன் சரியாகப் பூட்டாமல் போய் விபரீதம் நடக்கவும் வேண்டாம்.

போரடிக்காமல் பொழுது போக்கச் சிறந்த வழி அவனுக்குப் பிடித்த புத்தகங்களை வாங்கியோ, இரவல் வாங்கியோ கொடுத்துவிடுவது. இல்லாவிட்டாலும் இருக்கவே இருக்கிறது டி.வி.

வாசலில் க்ரில் கேட் இருந்தால் அதை உள்தாழ்ப்பாள் போட்டுக் கொள்வதோடு நிற்காமல் உள்புறமாக அந்தக்கதவை பூட்டிக் கொள்ளவும் சொல்லுங்கள். அதே சமயம் அப்படிப் பூட்டியபிறகு உள்ளே எந்த அறைக்குள்ளும் சென்று (பாத்ரூம், டாய்லெட் உட்பட) தாளிட்டுக் கொள்ள வேண்டாம் என்பதையும் வலியுறுத்துங்கள். திறக்க முடியவில்லை என்றால் திண்டாட்டம்.

வீட்டில் தொலைபேசி இருந்தால் ஒரு மணி நேரத்துக்கு ஒருமுறை தொடர்புகொண்டு பேசுங்கள். யாராவது புதியவர்கள் ஏதோ உள்நோக்கத்துடன் வீட்டைச் சுற்றி நடனமாடுவதுபோல் தோன்றுவதாகச் சிறுவன் கூறினால், உங்கள் வீட்டுப் பகுதியில் உள்ள, உங்களுக்குத் தெரிந்த யாருக்காவது போன் செய்து என்னவென்று கவனிக்கச் சொல்லுங்கள்.

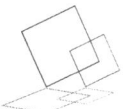

34. அப்பாவை அனுமதியுங்கள்

'நாம ரெண்டு பேருமே வேலைக்குப் போறோம். குழந்தை பிறந்தால் நிறைய பிரச்னைகள் வருமே'. கணவன் மனைவி இரு வருமே பணிபுரிபவர்கள் என்றால் திருமண மான தொடக்கத்திலேயே இப்படி ஒரு பேச்சு வரக்கூடும்.

ஒரு சில வருடங்கள் திட்டமிடுவார்கள். தாக்குப் பிடிப்பார்கள். பிறகு மற்றவர்களின் விசாரணைக்குத் தப்ப வேண்டியும், தாய் அல்லது தந்தை ஆகவேண்டும் என்ற சுய ஆதங்கமும் சேரும். கட்டுப்பாட்டு அணை உடையும்.

'கவலைப்படாதே. குழந்தை பிறந்தால் பார்த்துக் கொள்வது நம் இரண்டு பேருக்குமே பொதுவான பொறுப்புதான்' என்பான் கணவன். மனைவி திருப்தியாகத் தலையாட்டு வாள். ஆனால் குழந்தை பிறந்த பிறகு போராட்டம் தொடங்கும்.

குழந்தை வளர்ப்பு என்பதே ஒருவகைப் போராட்டம்தான். ஆனால் நாம் இங்கே குறிப் பிடுவது வேறுவகை மனப் போராட்டங்கள்.

வேலைக்குச் செல்லும் அப்பா, குழந்தை வளர்ப்பில் பங்கேற்றாலும் அவ்வப்போது அவருக்குக் கொஞ்சம் ஈகோ தலைகாட்டும். அடிக்கடி இல்லாவிட்டாலும் அவ்வப் போதாவது 'நான் தியாகம் செய்கிறேன். வழக்கமாக பிற ஆண்கள் செய்ய முன்வராத செயல்களை நான் செய்கிறேன். எனவே, இதற்குரிய அங்கீகாரத்தை என் மனைவி அளித்தே ஆகவேண்டும்' என்று தோன்றும்.

புது அப்பாவாகப்பட்டவர், திடீரென்று ஒருநாள் குழந்தை அழும்போது தூக்கி வைத்து சமாதானப்படுத்துவது, தூங்க வைப்பது என்று மட்டும் இருந்தால் போதுமா? சில கடமைகளை குழந்தைக்குத் தினமும் செய்வதை வழக்க மாக்கிக் கொள்வதுதான் நியாயம். அதுதான் உண்மையான பொறுப்பைப் பகிர்ந்து கொள்வது.

இந்த இடத்தில் மனைவிக்கு ஒரு வார்த்தை. குழந்தை வளர்ப்பில் உங்களைப் போலவே உங்கள் கணவருக்கும் பொறுப்பு இருக்க வேண்டியது இயல்பானதுதான். ஆனாலும் சில அங்கீகாரங்களை அளித்தால் குறைந்தா போய்விடுவீர்கள்?

'நீங்க மட்டும் ஹெல்ப் செய்யலைன்னா இவனை வச்சுக் கிட்டு ... நான் அவ்ளோதான்' என்று கூறுங்களேன். இதனால் கணவரின் ஈகோ அதிகமாகிவிடும் என்று எண்ணவேண்டாம். அவரது கர்வம் எவரெஸ்டைத் தொட்டுவிடும் என்று கணக்குப் போடாதீர்கள். குடும்பத்துக்கு - முக்கியமாகக் குழந்தை வளர்ப்பில் தனது பங்கேற்பு இன்றியமையாததாக இருக்கிறது என்ற மகிழ்ச்சி அவர் மனத்தில் அதிகமாகும். ஆகட்டுமே.

சொல்ல வருத்தமாக இருக்கிறது என்றாலும் பல அம்மாக்கள் எடுக்கும் இரட்டை நிலையை இங்கே குறிப்பிட்டே ஆக வேண்டும்.

'என்னங்க குழந்தைக்கு ட்ரஸ் பண்ணி விடக்கூடாதா? எல்லாமே நானே செய்யணுமா?' என்று ஒருபுறம் கூறிக் கொண்டே, அடுத்ததாக 'ஐய, இந்த ட்ரஸ்ஸையா போடு வாங்க? போய் உங்க வேலையைப் பாருங்க. நானே எல்லாத்தையும் செய்துக்கறேன்' என்று கூறக் கூடாது.

இப்படிச் செய்தால் 'உனக்கு நான் என்ன செய்தாலும் சரிப்படாது' என்ற நியாயமான கோபத்துடன் கணவர் குழந்தை வளர்ப்பில் தன் பங்கைக் குறைத்துக் கொள்ளலாம். அல்லது மனைவியின் குற்றச்சாட்டையே சாதகமாக எடுத்துக் கொண்டு 'நீயுமாச்சு. 'உன்' குழந்தையுமாச்சு. இனிமே இதுக்கு ட்ரஸ் செய்யும் வேலையை நான் செய்ய மாட்டேன்' என்று கழன்று கொள்ளலாம். இதற்கு ஏன் வாய்ப்பளிக்க வேண்டும்?

'இந்த ட்ரஸ்ஸுக்குப் பதிலா பச்சை சட்டையைப் போடுங்களேன். குளிருக்கு அடக்கமாக இருக்கும்' என்று காரணத்தையும் சொன்னால், தான் அணிவித்த உடையை மாற்றுவதில் கணவருக்குத் தயக்கம் இருக்காது.

அம்மாவுக்கு ஓர் ஆலோசனை. உங்கள் தோழிகள் மற்றும் பிறந்த வீட்டு மனிதர்கள் எதிரில் 'என் புருஷன் எங்க குழந்தைக்குப் பார்த்துப் பார்த்து எல்லாம் செய்வார். அவர் குழந்தைக்கு ட்ரஸ் செய்துவிடும் நேர்த்தியே அலாதி. எனக்குக் கூட அந்த லாகவம் வராது. குழந்தை கொஞ்சம் கூட சிணுங்காதபடிக்கு ட்ரஸ் மாத்துவார்' என்பதுபோல் எதையாவது சொல்லிப் பாருங்கள். அதற்குப் பிறகு உங்கள் கணவர் குழந்தைக்கு உடை மாற்றுவதோடு 'இவனுக்கு வேற என்ன செய்யணும்?' என்றும் கேட்பார்.

போன தலைமுறையில் குழந்தையை வீட்டில் பார்த்துக் கொள்ள வேண்டிய ஆயா வரவில்லையென்றால் (கணவன் மனைவி இருவருமே வேலைக்குச் செல்பவர்கள் என்றாலும்) கணவர் விடுப்பு எடுத்துக்கொள்ள மாட்டார். ஆனால் இப்போது நிலைமை மாறிவருகிறது.

மனைவி அலுவலகம் சென்றே ஆகவேண்டிய கட்டாயம் தோன்றலாம். அன்று வருடாந்திர மீட்டிங்காக இருக்கக் கூடும்.

அப்போது 'நான் வேணும்னா இன்னிக்கு விடுப்பு எடுத்துக்கிறேன். குழந்தையை நான் பார்த்துக்கிறேன்' என்று கணவன் உதவ முன்வரக்கூடும்.

அன்று அலுவலகம் கிளம்பும்போது கணவனிடம் நம்பிக்கையே இல்லாமல் குழந்தைக்குச் செய்ய வேண்டிய

கடமைகளை மீண்டும் மீண்டும் சொல்லிக் கொண்டிருப்பாள் மனைவி. 'அதுதானே தாய்ப்பாசம்' என்று நியாயப்படுத்த வேண்டாம். குழந்தையின் அப்பாவுக்கும் பொறுப்பு உண்டு என்பதை நம்ப வேண்டும்.

தவிர குழந்தைத் தொடர்பான முக்கிய முடிவுகளில் அப்பா வுக்கும் பங்கிருக்கட்டுமே. குழந்தைத் தொடர்பாக டாக்டர் தன்னிடம் கூறும் விவரங்களை அம்மா தன் கணவரிடம் பகிர்ந்து கொள்ளவேண்டும்.

புது அப்பாக்களும் புது அம்மாவின் சில மனப்போக்குகளைப் புரிந்துகொள்ளவேண்டும்.

'குழந்தை வளர்ப்பில் தான் ஏதோ ஆராய்ச்சிப் படிப்பை முடித்தது போலவும், நமக்கு இதில் எந்த அறிவுமே இல்லாததுபோல் ஏன் இவள் நடந்துகொள்கிறாள்!' என்ற கோபம் கணவனுக்கு வரக்கூடும். இயல்புதான். என்றாலும் அம்மாதான் குழந்தையைப் பத்துமாதம் சுமந்தவள் என்பதும் அவளிடமிருந்து சுரப்பதுதான் குழந்தைக்கு ஆரம்ப உணவு என்பதையும் மனத்தில் கொண்டு அவளது நினைப்புகளுக்கு மதிப்பு கொடுக்கலாம்.

கொஞ்சம் நியாயமாக எண்ணிப் பாருங்கள். குழந்தை விளையாடும்போது அதைத் தூக்கி வைத்துக் கொள்ளும் கணவன், அது அழத் தொடங்கியதுமே 'பசிக்குதோ என்னவோ' என்று மனைவியிடம் கொடுத்துவிடுவான். அதற்கு சில நிமிடங்களுக்கு முன்புதான் குழந்தை பால் குடித்திருக்கும். அதைக் கணவரும் அறிந்திருப்பார்.

குழந்தை நம்பர் டூ போனால் அதைச் சுத்தம் செய்ய வேண்டியது அம்மாதான் என்ற எழுதப்படாத விதியும் பல வீடுகளில் இருக்கிறது. அதாவது குழந்தை வளர்ப்பு என்பது அம்மா சம்பந்தப்பட்டதுதான். மற்றபடி தாங்கள் ஏதோ கொஞ்சம் உதவிக்கரம் நீட்டுவோம், அவ்வளவுதான் என்கிற போக்கு பல கணவர்களிடம் காணப்படுகிறது. நம் சமூக மதிப்பீடுகளும் இப்படித்தான் இருக்கிறது. பள்ளிக் கூடத்துக்குச் சரியாக வாரப்படாத தலையுடன் ஒரு சிறுமி சென்றால் 'உங்கம்மா இதைக்கூட செய்யக் கூடாதா?' என்றுதான் ஆசிரியர் (ஆசிரியையும்தான்!) கேட்கிறார்.

குழந்தையை டாக்டரிடம் அழைத்துச் செல்லும்போது அப்பா அம்மா இருவருமே உடன் செல்லுங்கள். முடிந்தால் நாளடைவில் பள்ளிக்கூடத்துக்கும் இருவருமாகச் செல்லுங்கள். இரவில் குழந்தையோடு விளையாடும் போதும் சேர்ந்தே விளையாடுங்கள். இப்படியெல்லாம் செய்தால் நீயா? நானா? என்ற கேள்வி தோன்றாது.

அம்மா, அப்பா இருவருக்குமே குழந்தையின் நலம் மிக முக்கியம். ஆனாலும் தங்களை அறியாமல் 'குழந்தையைப் பொறுத்தவரை நம்பர் 1 அப்பாவா? அம்மாவா?' என்கிற உரிமைப் பிரச்னையை வளர்த்துக் கொள்கிறார்கள். இந்தக் கேள்வி எவ்வளவு வேகமாக வலுவிழக்கிறதோ அவ்வள வுக்கு நல்லது. அப்போதுதான் குடும்ப வாழ்க்கை உறுதியடையும். குழந்தை வளர்ப்பும் பொலிவு பெறும்.

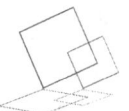

35. பெற்றோர் விவாகரத்து

ஒரு வயதுக் குழந்தையோ, பத்து வயதுக் குழந்தையோ, பெற்றோரின் விவாகரத்து என்பது குழந்தையின் மனத்தில் அதிகபட்ச காயத்தை ஏற்படுத்தக் கூடியது. இந்தச் சிக்கலின் சில கோணங்கள் குறித்த உங்கள் கருத்து என்ன? அது குழந்தையின் கோணத்தில் சரியானதா என்பதை அறிந்துகொள்ள, கீழே உள்ள கேள்விகளுக்குப் பதில் அளியுங்கள்.

1. விவாகரத்துக்கு முக்கியக் காரணம் அதன் அம்மாவா, அப்பாவா என்பதைப் பெற் றோர் குழந்தைக்குத் தெரிவித்துவிட வேண்டுமா?

அ. நிச்சயம்.

ஆ. தெரிவிக்கவேண்டாம்.

இ. ஓரளவாவது தெரிவிப்பதே நல்லது.

2. பதினைந்து வயதில் ஒருகுழந்தை, எட்டு வயதில் ஒரு குழந்தை என்று இருந்தால் யாரிடம் விவாகரத்து குறித்த முடிவை முதலில் கூறுவது நல்லது?

அ. மூத்த குழந்தை.

ஆ. இளைய குழந்தை.

இ. இருவருக்கும் ஒரே நாளில்.

3. குழந்தையின் காரணமாகத்தான் விவாகரத்து என்றால் இந்தத் தகவல் குழந்தைக்குத் தெரிய வேண்டுமா?

அ. ஆமாம்.

ஆ. இல்லை.

இ. குறிப்பாகவாவது தெரியப்படுத்துவதே நல்லது.

4. வளமான சூழலில் அப்பா, மிகவும் ஏழ்மையில் அம்மா - யாருடன் குழந்தை இருக்க வேண்டும் என்று நீதிமன்றம் கருதும்?

அ. அப்பாவிடம்.

ஆ. அம்மாவிடம்.

இ. அது குழந்தையின் வயது மற்றும் மனநிலையைப் பொறுத்த விஷயம்.

5. குழந்தையைவிட்டு எந்த பெற்றோர் வருங்காலத்தில் விலகியிருக்க வேண்டுமோ அவர் குழந்தையை எப்படி அணுக வேண்டும்?

அ. 'நீ இல்லாமல் எப்படி இருப்பேனே தெரியல'.

ஆ. 'நான் இல்லாமல் நீ எப்படி இருப்பேன்னு தெரியல'.

இ. 'பிரிஞ்சிருந்தாலும் உனக்குத் தேவைப்படும் போதெல்லாம் வந்து பார்ப்பேன்'.

6. இருவரில் யார் பக்கம் தவறு என்பதைக் குழந்தையிடமே கேட்கலாமா?

அ. கூடாது.

ஆ. தப்பில்லை.

இ. கேட்டுத்தான் தீர வேண்டும்.

குழந்தையின் கோணத்தில் பார்த்தால் சரியான விடைகள் இவைதான்.

1-ஆ, 2-இ, 3-ஆ, 4-இ, 5-இ, 6-இ, 7-அ,

இப்போது இதுகுறித்து மேலும் சில விளக்கங்களை அறிந்து கொள்ளலாமா?

நம் நாட்டில் பல திருமணங்கள் காப்பற்றப்படுவது குழந்தைகளால்தான்.

கணிசமான குடும்பங்களில் கருத்துவேறுபாடுகள் என்ற கட்டத்தைத் தாண்டி பிளவுகள் ஏற்படுவதுண்டு. மனம் வெறுத்துப் போன மனைவி, 'என் குழந்தையின் எதிர் காலத்துக்காக இந்த நரகத்திலே காலம் தள்ளிக்கிட்டிருக் கேன்' என்பார்.

விவாகரத்து செய்து கொண்டால் குழந்தை தன்னிடம் இருந்து பிரிந்துவிடுமோ என்ற பயத்தில் மனைவிக்குத் தலை முழுகாமல் இருக்கும் கணவர்களும் உண்டு.

பெற்றோர் என்னதான் நியாயமான காரணத்துக்காக விவா கரத்து செய்து கொண்டாலும், இதனால் முதன்மையான பாதிப்பு குழந்தைக்குத்தான். அது மூன்று வயதுக் குழந்தையோ, பதின்மூன்று வயதுக் குழந்தையோ எப்படி ஆனாலும் சரி.

அப்போதைக்கு, விவரம் தெரியாத குழந்தை என்றாலும்கூட வருங்காலத்தில் சக மாணவிகளும் இது குறித்துக் கேட்கும் போது அந்தக் குழந்தையின் மனநலம் நிச்சயம் பாதிக்கக் கூடும்.

ஆனால், இதையெல்லாம் சம்பந்தப்பட்ட கணவனும் மனைவியும் யோசிக்காமல் இருந்துவிட மாட்டார்கள். அதையும் மீறி விவாகரத்து என்ற முடிவை அவர்கள் எடுக்கும்போது, அது ஆழமான காரணமாகத்தான் இருக்கும். என்றாலும் இத்தகைய பெற்றோர் சில விஷயங்களைக் கட்டாயம் கவனத்தில் கொள்ளவேண்டும். இல்லையென் றால் குழந்தையின் மனநலம் பெரிதும் பாதிக்கப்படும்.

விவாகரத்துக்கு முந்தைய காலகட்டம்; அதாவது வழக்குத் தொடுப்பதற்கு முந்தைய மாதங்களில்; வீடு ரணகளப் படலாம். அம்மாவின் உடலுக்கு நேரும் சித்ரவதையைக் குழந்தை கண்டால் அதன் மனம் அதிர்ச்சியடையும்.

கணவனும் மனைவியும் தொடர்ந்து வார்த்தைகளால் ஒருவருக்கொருவர் காயப்படுத்திக் கொண்டாலும் இதைக் கேட்கும் குழந்தையின் மனநலம் பாதிக்கும்.

பெற்றோர் தாங்கள் விவாகரத்து செய்துகொள்ள தீர்மானித் தால் தங்கள் குழந்தைகளிடம் கீழ்க்கண்டவாறு நடந்து கொள்ள வேண்டும்.

1. வெவ்வேறு வயதில் உள்ள குழந்தைகள் இந்த முடிவுக்கு வெவ்வேறு விதமான உணர்வுகளை அடை வார்கள். எனவே, அவர்களது அறிவுத்திறனுக்கேற்ப இறங்கிப் பேச வேண்டும்.

2. 'உனக்கு நான் வேணுமா? இல்ல உங்கப்பா (அல்லது உங்கம்மா) வேணுமா?' என்பதுபோன்ற கேள்வி களைத் தவிர்க்கவேண்டும்.

3. 'நீயே சொல்லு உங்கப்பா (உங்கம்மா) செய்வது சரியா?' என்பது போன்ற சங்கடமான தீர்ப்புகளைக் கூறுமாறு குழந்தையை வற்புறுத்தக் கூடாது.

4. சில சமயம் குழந்தையை மையமாகக்கொண்டு முக்கியப் பிரச்னைகள் வெடிக்கும். 'சொந்தக் குழந்தையை தினமும் கொஞ்ச நேரம் தூக்கி வைத்துக் கொள்ளாத உங்களோடு எனக்கென்ன வாழ்க்கை?' என்று மனைவி கூறலாம்.

'குழந்தையை ஆயாகிட்டே விட்டுட்டு உனக்கென்ன லேடீஸ் கிளப்? உன்னோடு இனிமேலும் நான் வாழத் தயாராயில்லை' என்று கணவன் முடிவெடுக்கலாம்.

பெற்றோரின் பிரிவே குழந்தைக்கு வேதனையான ஒன்றுதான். அதிலும் அந்தப் பிரிவுக்குத் தானே காரணம் என்றால் அது மேலும் மன வேதனையைத் தரும். எனவே, இதுபோன்ற கோணத்திலும் யோசிக்க வேண்டும்.

5. ஒன்றுக்கும் மேற்பட்ட குழந்தைகள் இருந்தால் அனைவருக்குமே கிட்டத்தட்ட ஒரே காலகட்டத்தில் நேரடியாக விவாகரத்து குறித்து அறிவித்து விடுவது நல்லது.

6. 'நாங்கள் பிரிந்தாலும் உன்னிடம் எங்களுக்கு உள்ள அன்பு என்றும் மாறாதது' என்பதையும், 'உனக்கு எப்போது தேவையென்றாலும் நான் உன்னை சந்திப்பேன்' என்பதையும் அழுத்தமாகக் குழந்தையின் மனத்தில் பதிய வைக்க வேண்டும்.

7. நீங்கள் பிரிவதற்கான காரணத்தை குழந்தையிடம் விளக்கமாகக் கூற வேண்டிய அவசியமில்லை. 'வேற வழியில்லாமப் போயிடுச்சும்மா' என்பதுபோல் கூறினால் போதுமானது.

8. உங்கள் தீர்மானத்தினால் குழந்தைக்குக் கோபமோ வருத்தமோ ஏற்பட்டால் அந்த உணர்ச்சிகள் தானாக அடங்கும்வரை காத்திருங்கள். அடங்காமல் தொடர்ந்து கொண்டேயிருந்தாலும் இருக்கட்டும். பொங்கி அடங்கியபிறகு 'இது தவிர்க்க முடியாமல் போய்விட்டது' என்பதை எடுத்துச் சொல்லுங்கள்.

9. நீங்கள் பரிதாபத்துக்குரியவர். ஆனால் உங்கள் கணவர் (அல்லது மனைவி) கண்டனத்துக்குரியவர் என்பதைப் போன்ற அணுகுமுறையைக் குழந்தையின் மனத்தில் பதிய வைக்க வேண்டாம். உங்கள் பெற்றோர் மற்றும் பிற உறவினர்களிடமும் இதை எடுத்துக் கூறுங்கள்.

10. 'நீயே நல்லா உங்கம்மாவை (அல்லது அப்பாவை) நாலு வார்த்தை நாக்கைப் பிடுங்கிக்கிற மாதிரி கேளு. அப்போதுதான் என் மனம் ஆறும்' என்பதுபோன்ற உணர்வுபூர்வமான ப்ளாக்மெயில் வேண்டவே வேண்டாம்.

மேலே கூறியவற்றைப் பின்பற்றினால் குழந்தையின் மனவலியைப் பெரும்பாலும் (முழுமையாக அல்ல) நடைமுறைக்கேற்ப மாற்றி அமைக்க முடியும். புயலாகக் கொந்தளிக்கும் அந்த இளம் மனத்தின் காயங்களைப் பெரும் பாலும் ஆறவைக்க முடியும்.
